ગનબાતે!

ગનબાતે!

હંમેશાં આગળ વધવાની જાપાની કળા

આલ્બર્ટ લીબરમૅન

અનુવાદ : સુજલ ચિખલકર

Published by

MANJUL

Manjul Publishing House
Corporate and Editorial Office:
•2nd Floor, Usha Preet Complex,
42 Malviya Nagar, Bhopal 462 003 - India
Sales and Marketing Office:
•C-16, Sector 3, Noida,
Uttar Pradesh, 201301, India
Registered Office:
•10, Nishat Colony, Bhopal 462 003
E-mail: manjul@manjulindia.com
Website: www.manjulindia.com

Distributed by

Navbharat Sahitya Mandir
•Opp Patasa Pole, Nr. Jain Derasar,
Gandhi Road, Ahmedabad - 380 001 - India
•202 Pelican House,
Gujarat Chamber of
Commerce Compound,
Opp. H. K. College, Ashram Road,
Ahmedabad - 380 009 - India
Tel.: 079 - 22139253, 22132921
E-mail: info@navbharatonline.com
Website: www.navbharatonline.com

First published in India by

MANJUL

Manjul Publishing House
Corporate and Editorial Office
• 2nd Floor, Usha Preet Complex, 42 Malviya Nagar, Bhopal 462 003 - India
Sales and Marketing Office •C-16, Sector 3, Noida, Uttar Pradesh, 201301, India
Registered Office: •10, Nishat Colony, Bhopal 462 003
E-mail: manjul@manjulindia.com Website: www.manjulindia.com

Distributed by

Navbharat Sahitya Mandir
•Opp Patasa Pole, Nr. Jain Derasar, Gandhi Road, Ahmedabad - 380 001 - India
•202 Pelican House, Gujarat Chamber of Commerce Compound,
Opp. H. K. College, Ashram Road, Ahmedabad - 380 009 - India
Tel.: 079 - 22139253, 22132921 E-mail: info@navbharatonline.com
Website: www.navbharatonline.com

Translation rights arranged by Sandra Bruna Agencia Literaria, SL

This edition first published in 2023

ISBN 978-93-5543-273-5

Gujarati translation by Sujal Chikhalkar

Printed and bound in India by Manipal Technologies Limited

અનુક્રમ

પ્રસ્તાવના

તમારા હાથમાં જે પુસ્તક છે, તે મારા માટે વિશેષ કારણોસર મહત્ત્વનું છે.

મારા મિત્ર અને સહયોગી ફ્રાન્સેસ મિરાલસ જ્યારે પણ મારે ત્યાં જાપાન આવે છે ત્યારે એક નવી શોધની શરૂઆત થાય છે. આ શોધ માત્ર જાપાનની સુંદરતા અને ઇતિહાસ સાથે જોડાયેલી નથી હોતી, પરંતુ જાપાનની જીવનશૈલીની સુંદરતા સાથે પણ સંબંધ ધરાવે છે, જે એમના ઊંડા મૂળને વધુ સારી રીતે સમજવાની ઇચ્છાથી પ્રેરિત હોય છે. થોડાં વર્ષો પહેલાં આવો જ એક પ્રવાસ, અમને ટોક્યોથી ઇનોશીમાં અને પછી એનાથી આગળ, ઓગીમી સુધી લઈ ગયો. ત્યાં 100 વર્ષથી વધારે ઉંમરના ઓકીનાવા નિવાસી રહેતા હતા. એ અમારા માટે અદ્ભુત યાત્રાનો આરંભ હતો. ઇકિગાઈના સિદ્ધાંત અને અભ્યાસની લાંબી યાત્રાના માધ્યમથી અમે એક પુસ્તક તૈયાર કર્યું — 'ઇકિગાઈ: ધ જાપાનીઝ સિક્રેટ ટુ એ લૉંગ ઍન્ડ હેપ્પી લાઇફ'.

2019ના અંતમાં ફ્રાન્સેસ દીર્ઘાયુ લોકો પર દસ્તાવેજી ફિલ્મ બનાવવા માટે ફરીથી ઓગીમી આવ્યા. આ રોમાંચનો ભાગ બનવા માટે હું પણ ટોક્યોથી ફ્લાઇટ લઈને ત્યાં પહોંચી ગયો.

અમારા પહેલા પ્રવાસના આશરે પાંચ વર્ષ પછીની આ મુલાકાતમાં, અમને સ્વાભાવિક રીતે જ એ વૃદ્ધો યાદ આવ્યા જેમને અમે મળ્યા હતા અને ઇન્ટરવ્યૂ કર્યાં હતાં. અમને એ જોઈને સુખદ આશ્ચર્ય થયું

કે હીગા હજી પણ એકદમ સ્વસ્થ હતા. અમે છેલ્લે એમને મળ્યા ત્યારે એ 96 વર્ષના હતા – આ વખતે જ્યારે તેણીએ પોતાના ઘરમાં અમારું સ્વાગત કર્યું ત્યારે બહુ જ ગર્વથી જાપાનની સરકાર તરફથી શતાયુ થવા બદલ મળેલું ઔપચારિક સર્ટિફિકેટ બતાવ્યું.

બીજા દિવસે, અમારી મિત્ર મિયાગીએ કહ્યું કે, ઓગીમીના સૌથી વૃદ્ધ વ્યક્તિ ઓશીરો અમને મળવા માગે છે. અમારી પહેલી મુલાકાતની જેમ બીજી મુલાકાત વખતે પણ મિત્ર મિયાગી અમારી સાથે હતા, જેની સાથે પહેલી વખતમાં અમે ઘણાં સાહસો ઉજાગર કર્યાં હતાં. ઓશીરો સાથે અમારી આ પહેલી મુલાકાત હતી. 108 વર્ષના એ વૃદ્ધે પોતાના ઘરમાં અમારું સ્વાગત કર્યું ત્યારે એમનો 82 વર્ષનો દીકરો પણ ત્યાં જ હતો.

ઓશીરોએ કોઈ પણ સહારા વિના ઊભા થઈને, અમારું સ્વાગત કર્યું. 108 વર્ષના વૃદ્ધ વ્યક્તિમાં આવો ઉત્સાહ હોવો, એ ઘટના કોઈ પ્રેરણાથી ઓછી નહોતી. એમણે અમને પોતાના જીવનના પ્રસંગો સંભળાવ્યા, યુદ્ધના એવા રોમાંચક પ્રસંગો સંભળાવ્યા, જેમાં એમનો ચમત્કારિક બચાવ થયો હતો. ઓકિનાવામાં બહુ ઓછા લોકોને આવી તક મળી હતી.

એમણે અમને ગર્વભેર પોતાના ફોટા બતાવ્યા, જેમાં પોતાના 100મા જન્મદિવસે એ બાઇક ચલાવી રહ્યા હતા. ભૂતકાળ વિશે વાત કરતી વખતે એમની આંખોમાં કોઈ યુવાન જેવો જુસ્સો ચમકવા લાગ્યો હતો. ત્યાર બાદ અમે બગીચામાં ગયા અને શાકભાજીને પાણી પાયું. ઓશીરોએ કેમેરામાં એકદમ શાંતિથી પોઝ આપ્યા પછી થોડા શિકુવાસાસ (સંતરા જેવું ખાટું ફળ) તોડીને અમને ભેટમાં આપ્યાં.

મેં એમને છેલ્લો પ્રશ્ન પૂછ્યો :

"તમારા મતાનુસાર તમારા લાંબા જીવનનું રહસ્ય શું છે?"

ઓશીરોએ જવાબ આપ્યો :

"ગનબાતા."

આનો અર્થ છે, "મેં મારો પ્રયત્ન કર્યો અને હંમેશાં મારાથી શક્ય એટલું શ્રેષ્ઠ કર્યું." થોડીવારના મૌન પછી એમણે કહ્યું :

"માઈનીચી ગનબાતે માસુ."

આનો અનુવાદ છે, "હું દરરોજ પ્રયત્ન કરું છું." એમણે અમને વિદાય આપતી વખતે નમીને કહ્યું :

"ગનબાતે!"

"આવો, આ ક્ષણથી જ દરેક વસ્તુ માટે પોતાના પ્રયત્નો કરવાનું શરૂ કરો."

ઓશીરો સાથેની વાતચીતે મારા એ અવલોકન પર ફરી પ્રકાશ નાખ્યો જેને હું 20 વર્ષ પહેલાં ટોક્યો આવ્યો ત્યારથી જાપાની જીવનશૈલીમાં જોતો આવ્યો છું. જાપાની લોકો પ્રતિકૂળ સંજોગોમાં સ્થિતિસ્થાપક રહે છે અને સહેલાઈથી હાર નથી માનતા. એમની આ ભાવના અને જીવન જીવવાની રીત, એવી બાબતો છે જે માત્ર જાપાનમાં રહીને કે પ્રવાસ દરમિયાન જ નથી જોવા મળતી, પરંતુ એની છાપ તેમના સાહિત્ય, ફિલ્મો, સંગીત, એનિમેશન અને કાર્ટૂનમાં પણ જોવા મળે છે. જીવનના દરેક પાસાંઓમાં વ્યાપકતા જ એમનો મૂળમંત્ર છે :

નાના કોરોબી યો ઓકી

સાત વાર પડો અને આઠ વાર ઊઠો.

આવામાં એક એવાં પુસ્તકનું આપણાં હાથમાં હોવું કેટલી અદ્ભુત વાત છે, જે ગનબાતેની ભાવનાનો ગહન અભ્યાસ કરાવતું હોય. એ ખૂબ જ સરળ અને સચોટ રીતે આપણને બધી વાતો સમજાવે છે. આ પુસ્તકમાં આલ્બર્ટે ભાવના અને વ્યવહારિકતાને એક સાથે પરોવીને કેટલાંક સૂચનો આપ્યાં છે, જેનાથી આપણે દરરોજ જે કામ કરતા હોઈએ તેમાં કે પછી કોઈ ધ્યેય નક્કી કર્યો હોય તેમાં, ગનબાતેને

અમલમાં મૂકી શકીએ છીએ. વ્યવસાય, કળા અને પ્રેમ વગેરેમાં દઢ રહેવાની માર્ગદર્શિકાથી લઈને સંકલ્પ અને શાંતિ, કામ અને આરામનું સંતુલન કેળવવાના વિચારો સુધી, એ આપણને સમજાવે છે કે કેવી રીતે ગનબાતે માત્ર નક્કર લક્ષ્ય સુધી જ નથી પહોંચાડતું, પરંતુ જીવનમાં સતત પ્રગતિ કરનાર અને હંમેશાં જુસ્સાને શોધનારા વ્યક્તિ બનાવે છે. આ જ કારણ છે કે હીગા, ઓશીરો અને એમનો દીકરો લાંબું અને ખુશહાલ જીવન જીવી રહ્યા છે.

અહીં આપણે એ જ શીખીશું કે કેવી રીતે જાપાનનો જીવન પ્રત્યેનો ગહન અને પ્રાચીન દષ્ટિકોણ – જેવા કે ગનબાતે, ઇકિગાઈ અને બાબી સાબી – એ તથ્યને વારંવાર ઉજાગર કરે છે કે જીવનમાં સૌથી સંતોષકારક વસ્તુઓ એ જ છે જેના માટે આપણે કામ કર્યું છે. પ્રયત્ન કરવો, પરંતુ પ્રસન્નચિત અને જાળવણીની ભાવનાથી આમ કરવું, એ જ જીવનની પૂર્ણતાનો અનુભવ કરવાની ગુરુચાવી છે. આ પુસ્તક એવા પ્રોત્સાહક વિચારોથી ભરેલું છે કે તમે તમારા દષ્ટિકોણને કેવી રીતે જાળવી શકો, અસંખ્ય અવરોધો છતાં મનને કેવી રીતે ખુશ રાખી શકો અને કેવી રીતે ઉત્સાહિત થઈને જીવનમાં આગળ વધી શકો. આ આપણને સમજાવે છે કે આપણે માત્ર પોતાનું શ્રેષ્ઠ આપીને જ કોઈ કામનું સાચું મૂલ્ય ચૂકવી શકીએ છીએ.

ગનબાતે માત્ર પ્રોત્સાહન આપવાનો ભાવ નથી, એક શબ્દથી કોઈને હિંમત આપવાનો નહીં, પરંતુ જીવનને જોવાનો એક દષ્ટિકોણ છે. ગનબાતે એક માનસિકતા, એક વલણ છે, જેને શીખીને તમે પોતાના રોજિંદા જીવનમાં લાગુ કરી શકો છો.

ગનબાતે તમારા અને તમારા પ્રિયજન માટે પ્રોત્સાહિત થવાનું સાધન છે.

ગનબાતે હંમેશાં તમને એક સ્મિત સાથે આગળ વધવાની પ્રેરણા આપશે, ભલેને સંજોગો ગમે તેવા કેમ ના હોય.
ગનબાતે એક માર્ગદર્શક પ્રકાશ છે, જે આપણને અણધારી દુઃખદ પરિસ્થિતિઓમાં ઉદાસીનતા અને નિરાશામાંથી બહાર આવવામાં મદદ કરે છે.

આ પુસ્તક દ્વારા, તમે એ આંતરિક સંસાધનોને ચોક્કસ શોધી શકશો, જે જીવનમાં આગળ વધવામાં તમારું માર્ગદર્શન કરશે અને તેમની સંપૂર્ણ ક્ષમતાનો ઉપયોગ કરવાના બીજા ઉપાયો પણ શોધી શકશો. પછી ભલને ગમે તે થાય, તમને ખબર પડી જશે કે તમારી પાસે પોતાની ભાવનાઓને ચેતનવંતી રાખવાનાં અને આગળ વધવાનાં સાધનો ઉપલબ્ધ છે.

હું આશા રાખું છું કે મારી જેમ તમે પણ આ પુસ્તકનો આનંદ લેશો અને આ તમને એક ભરપૂર ખુશખુશાલ જીવન જીવવામાં મદદરૂપ થશે.

આભાર, આલ્બર્ટ!

— હેક્ટર ગાર્સિયા

ભૂમિકા

કદી હાર ના માનો, સદા આગળ વધતા રહો

આજના આકરા અને પડકારભર્યા સમયમાં, ઘણા લોકોને એવું લાગે છે કે તેઓ પોતાનું જીવન નવેસરથી શરૂ કરવા માગે છે, જેવું જાપાનના લોકો હંમેશાં યુદ્ધ અને કુદરતી આપત્તિઓ પછી કરતા આવ્યા છે.

આ દેશ પાસે વારંવાર પોતાની જ રાખમાંથી ઊભા થવાની ફિનિક્સ જેવી યોગ્યતા છે, આનું રહસ્ય ગનબાતે ફિલસૂફીમાં છુપાયેલું છે – આ એક જાપાની શબ્દ છે, જેનો અર્થ થાય છે, "પોતાના તરફથી શ્રેષ્ઠ કરો, કદી હાર ના માનો અને આગળ વધતા રહો."

જેમ ઘણા દેશોમાં લોકો પરીક્ષા, નોકરીના ઇન્ટરવ્યૂ કે સ્પર્ધા માટે જતાં પહેલા "ગુડ લક" કહે છે, એવી જ રીતે જાપાનમાં લોકોના પ્રયત્નોને પ્રોત્સાહિત કરવા માટે "ગનબાતે" કહેવામાં આવે છે. જેનાથી વ્યક્તિના વલણમાં ખાસ્સો ફેર પડે છે. બીજા શબ્દો સાથે એની સરખામણી જોઈએ તો :

- ગુડ લક બાહ્ય કારકો પર આધાર રાખે છે – આ નસીબને માણસના નિયંત્રણથી બહાર રાખે છે.
- ગનબાતે વ્યક્તિના આંતરિક બળ અને સંસાધનો પર આધાર રાખે છે – જે કંઈ થાય છે તે તમારા પ્રયત્નો પર આધાર રાખે છે.

આ પુસ્તકનાં 50 પ્રેરણાદાયક પ્રકરણો દ્વારા, આપણે દૃઢતા અને સ્થિતિસ્થાપકતાની આ જાપાની ફિલસૂફીને જાણી શકીશું, જે વિપરીત સંજોગો પર કાબૂ મેળવવાની કળા છે.

જેમ વાબી સાબી આપણને શીખવાડે છે કે જીવનની અપૂર્ણતામાં પણ સુંદરતા છુપાયેલી છે તેમ ગનબાતે સમજાવે છે કે આપણે બધા અવરોધોને પાર કરતાં જઈને, ગમે તે મનગમતું કરતાં રહીને, પૂરેપૂરા જોશ અને ઉત્સાહથી આગળ વધી શકીએ છીએ.

જો તમે જાપાનીઓના દૃઢતા અને સ્થિતિસ્થાપકતાના ગુણને રોજિંદા જીવનમાં અમલમાં મૂકો તો અઘરી બાબતો પણ સરળ થઈ જાય છે અને અશક્ય શક્ય થઈ જાય છે.

જાપાનમાં બાળકોને ગનબાતેની માનસિકતા શરૂઆતથી જ શીખવવામાં આવે છે. જેથી તેઓ મજબૂત ઇરાદા અને ધૈર્યનું મહત્ત્વ સમજી શકે. કોડોમો નો હી (બાળદિવસ)ના દિવસે યુવાવર્ગની શક્તિશાળી ભાવનાનો ઉત્સવ મનાવવા માટે કાર્પ સ્ટીમર્સને બહુ ઉંચે ઉડાવવામાં આવે છે. ચીનમાં એવું કહેવાય છે કે જો કાર્પ માછલી સતત તરતી રહીને યેલો નદીમાં પહોંચી જાય તો એ ડ્રેગન બની જાય છે.

1

ગનબાતે!

ગનબારુ એક જાપાની ક્રિયા છે, જેનો અનુવાદ કરી શકાય, "તમારું શ્રેષ્ઠ આપો", "કદી હાર ના માનો", "મક્કમતાથી ઊભા રહો", "કોઈ વસ્તુ પર કામ કરો", "ધૈર્ય જાળવી રાખો."

ગનબારુ ત્રણ કેરેક્ટર જોડાઈને બન્યો છે :

- ગન : મૂર્ખ, જિદ્દી અને અડિયલ
- બા : ખેંચવુ, તાણવું, ફેલાવું
- રુ : એક હીરાગાના અક્ષર, જે ક્રિયાપદના અનંત સ્વરૂપને સમાપ્ત કરવા માટે વપરાય છે.

ઘણી સંસ્કૃતિઓમાં, જ્યારે કોઈ પરિચિત વ્યક્તિ, કોઈ પડકાર – જેમ કે સ્પર્ધા, પરીક્ષા કે પછી જીવનના કોઈ નવા રોમાંચનો સામનો કરે તે પહેલાં એને ગુડલક કહેવામાં આવે છે. જાપાનમાં તેઓ "ગનબારુ"નો ઉપયોગ કરે છે, જે "ગનબાતે"નું જ સેકન્ડ પર્સન રૂપ છે. "ગનબારુ"ની ક્રિયાનો સૌથી વધુ વપરાતો શબ્દ છે, "ગનબાતે" જેનો અર્થ છે, "પોતાના તરફથી શ્રેષ્ઠ પ્રયાસ કરો અને કદી હાર ના માનો!"

ગનબારુના સૌથી વધુ ઉપયોગમાં લેવાતા સામાન્ય ક્રિયાપદ સ્વરૂપ

- ગનબારુ કે ગનબારીમાસુ – "હું મારું શ્રેષ્ઠ આપવાનો છું."
- ગનબાતે – આ કોઈને સંબોધિત કે પ્રોત્સાહિત કરવા માટે વપરાય છે.
- ગનબાતે કુદસઈ – આ પણ ગનબાતેનું જ રૂપ છે, પરંતુ વિનમ્રભાવ વધારે છે.
- ગનબારે – આ ગનબાતે જેવા જ છે. જેમાં કોઈને આદેશ આપવાનો ભાવ આવે છે.
- ગનબારોઉ અથવા ગનબારીમાશોઉ – "આપણે બધા મળીને શ્રેષ્ઠ કરીએ." કોઈ ટીમના બધા સભ્યોને પ્રોત્સાહિત કરવા.
- ઇશોકેનમી ગનબાતે – "તમારું શ્રેષ્ઠ આપો, તમારી પાસે છે તે બધું જ આપો. સમગ્ર જીવન એમાં લગાવી દો."

આપણે કોઈને "ગુડ લક" કહીએ ત્યારે એવું લાગે છે કે પરિણામ ભાગ્યના હાથમાં છે અને આપણા વશમાં કશું નથી. જ્યારે જાપાનમાં, આપણે "ગનબાતે!" કહીએ ત્યારે આપણે કહીએ છીએ કે એ જે કંઈ કરવા જઈ રહ્યા છે તે મોટાભાગે એના પર જ આધાર રાખે છે.

ગનબાતેના અર્થમાં તમારા તરફથી થયેલા પ્રયત્નોનું મહત્ત્વ છે, એ વસ્તુઓને મંજૂરી આપે છે કે એ ભલે પૂરેપૂરું કામ ના કરે, કારણ કે હંમેશાં એવા કેટલાક પાસાં હોય છે, જે આપણા નિયંત્રણ બહાર હોય છે.

આ વાસ્તવિકતાનો વાબી સાબી સાર છે. પ્રયત્નનું મહત્ત્વ ભાગ્ય કરતાં વધારે છે.

ગનબાતેનો દાર્શનિક સંદેશ છે : "તમને જે આવડતું હોય, તેને શ્રેષ્ઠ રીતે કરો અને જો એનાં પરિણામ તમારી ઇચ્છાનુસાર ના આવે તો કંઈ વાંધો નહીં, તમારે ખરાબ લગાડવાની જરૂર નથી, કારણ કે તમે જે કરી શકતા હતા, તે બધું જ તમે કર્યું હતું."

જાપાનમાં, અમે આ શબ્દનો ઉપયોગ રોજિંદા જીવનમાં કરીએ છીએ. આનું સૌથી સામાન્ય રૂપ એ છે – જ્યારે સવારે કામ પર કે સ્કૂલે જતી વખતે પરિવારના સદસ્યોને ગુડબાય કહીએ.

અમે "ગનબાતે" શબ્દનો ઉપયોગ રમત કે સામાજિક કાર્યક્રમોમાં પણ કરીએ છીએ અથવા તો મિત્રો સાથે હોઈએ ત્યારે કે પછી જ્યારે અમને એવું લાગે કે અમારે એમને હિંમત આપવી જોઈએ અથવા તો પછી જ્યારે કોઈ કુદરતી આપત્તિ આ ટાપુઓને વેર-વિખેર કરી નાંખે ત્યારે કરીએ છીએ.

જો તમે તમારા શ્રેષ્ઠ પ્રયત્ન કર્યા હોય, તો પછી કેવું પરિણામ મળશે એ વાતથી કોઈ ફેર નથી પડતો, કારણ કે તમારું મન જાણે છે કે તમે આ તકને વેડફી નથી.

જીવનમાં વસ્તુઓ પર શ્રેષ્ઠ રીતે કામ કરો.
પોતાની આવડતનો શક્ય એટલો ઉપયોગ કરો.
એની પર કામ કરો.
સાતત્ય જાળવી રાખો.
અને જો તમને તમારું લક્ષ્ય ના મળે
તો નિરાશ ના થાઓ.
ખરાબ ના લગાડશો.
કંઈ વાંધો નહીં.
તમે જે કરી શકતાં હતાં, તમે તમારી રીતે એ બધુ જ કર્યું છે.
ગનબાતે!

આળસુ અને વિલંબ કરવાની પ્રવૃત્તિ	ગનબાતે માનસિકતા
મારું આ કામ કરવાનું મન થતું નથી.	ભલેને મારું મન ના કરતું, પણ હું આ કામ કરીશ.
આ એ લાયક નથી.	જો હું પ્રયત્ન જ ના કરું તો એ કેવી રીતે ખબર પડશે કે એ આને લાયક છે કે નહીં.
હું હાર માનું છું.	હું જે શીખ્યો છું, એ મુજબ રસ્તો બદલીને ફરીથી પ્રયત્ન કરીશ.
કદાચ નસીબ મારો સાથ આપે.	નસીબનો સાથ મેળવવા માટે હું પુષ્કળ પ્રયત્નો કરીશ.
સફળતા જ મહત્ત્વની છે, જો મને તે પ્રાપ્ત કરવાની ખાતરી ના હોય, તો હું આગળ વધીશ નહીં.	પ્રવાસ દરમિયાન શીખવું જ સૌથી અગત્યની વાત છે.
લોકો શું વિચારશે?	જો મારા ભવિષ્યએ મને ટાઇમ મશીન દ્વારા જોયો તો એ મારા વિશે શું વિચારશે?
પરિણામ જ સૌથી મહત્ત્વનાં છે.	ગનબાતે દ્વારા મારી જાતને એક સમજદાર વ્યક્તિમાં બદલવી એ સૌથી અગત્યની બાબત છે.

જાપાની બાળકો એક કાર્યક્રમમાં, સાચા હૃદય અને આત્માથી નૃત્યની રજૂઆત કરી રહ્યાં છે. કંઈક મેળવવા માટે સખત મહેનત કરવાનો આનંદ, ખાસ કરીને ટીમનો એક ભાગ બનીને કંઈક કરી બતાવવું – ગનબાતેની ભાવનાને પ્રોત્સાહિત કરે છે અને બાળકોનો આવો ઉત્સાહ વયસ્ક લોકો માટે કોઈ પ્રેરણાથી ઓછો નથી.

થર્ટી સિક્સ વ્યૂઝ ઓફ માઉન્ટ ફૂઝી સિરીઝમાંથી ધ ગ્રેટ વેવ ઓફ કાનાગાવા વુડબ્લોક પ્રિન્ટ, સી. (1829-1832), કાત્સુશીકા હોકુસાઈ (1760-1849).

2

કાનાગાવાની વિશાળ લહેર : આગળ વધતા રહેવાની કળા

કાનાગાવાની વિશાળ લહેર, એ અત્યાર સુધીની સૌથી પ્રતીકાત્મક કલાકૃતિ પૈકી એક છે. જેને ઉકિયો-ઇ (જાપાની પ્રિન્ટ)ના નિષ્ણાત એવા કાત્સુશીકા હોકુસાઈ નામના કલાકારે બનાવી હતી.

હોકુસાઈની પ્રિન્ટમાં માત્ર જાપાનીઓની નહીં, પરંતુ સમગ્ર વિશ્વની કલ્પના સમાયેલી છે. સુમુદ્રમાં ઊતરેલી નૌકાઓ સમુદ્રના પ્રકોપનો સામનો કરી રહી છે અને પૃષ્ઠભૂમિમાં ફૂઝી પર્વત ક્ષિતિજ તરફ જોઈ રહ્યો છે. ફૂઝીના બરફનો સફેદ રંગ, ફીણવાળી લહેરોના સફેદ અને રાખોડી રંગથી વિપરિત છે, જેને જોતાં એવું લાગે છે જાણે તે પોતાના તીક્ષ્ણ પંજાઓથી ખલાસીઓ પર કૂદકો મારવા જાય છે.

જ્યારે આ લહેરો તૂટશે ત્યારે શું થશે? શું એમનું જહાજ તૂટી જશે? શું તેઓ પોતાની દિશા બદલીને એ લહેરોથી દૂર જઈ શકશે? જો એમને બચવાની એક પણ તક જોઈતી હોય તો સ્થિર રહ્યે નહીં ચાલે, એમણે નૌકાને હંકારવી જ પડશે, શક્ય છે કે તેઓ લહેરો પર સવાર થઈને જ એનાથી દૂર જઈ શકે છે.

ધ ગ્રેટ વેવ ઑફ કાનાગાવા, જાપાનની ગનબાતેની ભાવનાનું પ્રતિનિધિત્વ કરે છે, ખલાસીઓ હિંમત હાર્યાં વિના નૌકાને હંકાર્યાં કરે છે અને જીવવા માટે એમના પ્રયત્ન ચાલ્યા કરે છે.

દરિયાનાં આ મોજાં જીવનનું બહુ જ સુંદર રૂપક છે.

કેટલીકવાર બધું એકદમ સરળતાથી અને પ્રવાહની સાથે આગળ વધતું દેખાય છે. આપણને લાગે છે જાણે આપણે અનુભવી ખલાસી છીએ, જેના માટે દરિયો કોઈ રહસ્ય નથી. જીવનમાં આપણે જે કરવું હોય, તે યોગ્ય સમયે સામે આવે છે અને આપણે એના માટે સજ્જ હોઈએ છીએ, પરંતુ અન્ય સ્થિતિમાં, આપણે અચાનક જ અજ્ઞાત કારણોસર તણાવમાં આવીને ગભરાઈ જઈએ છીએ. આવા સંજોગોમાં આપણે ધ ગ્રેટ વેવ ઑફ કાનાગાવાના ખલાસી બની જઈએ છીએ.

ભલે તમે ગમે તેવી પરિસ્થિતિનો સામનો કેમ ના કરતા હોવ, એક વાત હંમેશાં યાદ રાખો કે : મોટામાં મોટી લહેરો પણ તૂટીને પાછળ ખસે છે.

આપણે ભલે અકસ્માતોનો ભોગ બનીએ કે પછી એવું લાગે જાણે ખરાબ સમાચાર સાંભળવા સિવાય કશું રહ્યું નથી, તો ગમે તે થાય, આપણે આગળ વધવાનું પસંદ કરવું જોઈએ.

પોતાના જીવનમાં ગનબાતેની ભાવના સાથે આગળ વધો!

જે શિખાઉ ખલાસીઓ દરિયામાં ભરતી અને ઓટનો સાચો અંદાજ ના લગાવી શકવાથી મુશ્કેલીમાં મુકાય છે, તે કિનારે પાછા ફરતી વખતે હંમેશાં કંઈક શીખીને આવે છે – એક મૂલ્યવાન બોધપાઠ.

તમારા શ્રેષ્ઠ પ્રયત્ન કરો. લહેરો સાથે જોડાઈને એમાંથી કંઈક શીખો. તમને ખબર હોવી જોઈએ કે એમાંથી કેટલીક લહેરો તમારા પર હાવી થઈને તમને કિનારે લઈ જશે.

તમારી પાસે હંમેશાં ત્રીજો વિકલ્પ હશે, જે સૌથી ખરાબ હશે. જેમ કે દરિયાકિનારે રોકાયેલો ખલાસી, જાણે કોઈ વ્યક્તિ ઘરે બેઠાં બેઠાં જીવનમાં સામેથી સારી તક મળે એની રાહ જોતો હોય. આ રીતે તે

જીવનના દર્શક બનીને રહી જાય છે, કારણ કે આ રીતે સ્થિર રહીને કશું શીખી શકાતું નથી.

અંગ્રેજ ફિલૉસૉફર એલન વૉટ્સે લહેરો અને માણસ વચ્ચે એક સામાન્ય વાત શોધી કાઢી — એમનું મૂળ :

"તમે આ સંસારમાં આવ્યા નથી.
તમે આમાંથી નીકળ્યા છો,
જેમ દરિયામાંથી મોજાં નીકળે છે.
તમે આ જગ્યાએ અજાણ્યા નથી."

એમણે સાગરની લયબદ્ધ ગતિવિધિઓ દ્વારા એ પણ સમજાવ્યું કે આપણે આપણા કામને લઈને વધુ પડતી ચિંતા કરવાની જરૂર નથી :

"સમગ્ર બ્રહ્માંડ જે કરી રહ્યું છે, તમે એના જ કાર્યનો એક ભાગ છો, જેમ એક લહેર, આખા દરિયાના કાર્યનો એક ભાગ છે."

કારણ કે લહેરો જીવનની ઉપમા બની શકે છે.

આપણે દરિયામાં આવતી લહેરોને રોકી નથી શકતા તેમ જીવનમાં સમયની સાથે આપણી સામે આવતી ઘટનાઓને પણ આપણે નથી રોકી શકતા.

જો આપણે સુમુદ્રમાં સ્થિર રહ્યા તો લહેરો આપણને ગળી જશે.

જો આપણે જીવનમાં પણ સ્થિર રહ્યા તો ઉદાસીનતા આપણને ભસ્મ કરી નાંખશે.

જો તમે લહેરોને રોકી નથી શકતા, તો સ્વયંને લહેરમાં ફેરવી દો. ગનબાતે!

જહાજનું નષ્ટ થવું	લહેરો પર સવાર થવું
હું સૌથી નજીકની લહેરોને અંતિમ ક્ષણે જોઉં છું.	હું મહાકાય લહેરોનું પૂર્વાનુમાન કરી શકું છું.
હું હવામાનની જાણકારી લીધા વિના સાગર તરફ જાઉં છું.	હું મારા પ્રવાસની સંપૂર્ણ તૈયારી કરીને નીકળું છું.
હું તોફાની દરિયામાં કોઈ પણ તૈયારી વિના બધી વસ્તુઓને દાવ પર લગાવી દઉં છું.	હું મોટાં મોજાંઓની પાછળ જતાં પહેલાં નાનાં મોજાંઓનો અભ્યાસ કરું છું.
હું નસીબ પર ભરોસો રાખું છું.	હું મારા અનુભવો પર વિશ્વાસ રાખું છું, જે મને શ્રેષ્ઠ અનુમાન કરવામાં અને વસ્તુઓને સહજભાવે સમજવામાં મદદ કરે છે.
ક્ષણભંગુરતા : મારી સામે આવેલા પહેલા તોફાનમાં જ મારું જહાજ નષ્ટ થઈ ગયું.	સ્થિતિસ્થાપકતા : હું સમુદ્રની દશાને અનુરૂપ સમાયોજન કરતો રહ્યો.

ભિક્ષુ બોધિ ધર્મા ત્રણ વર્ષ સુધી એક જ પથ્થર પર બેસી રહ્યા. વન હન્ડ્રેડ આસ્પેક્ટ ઑફ ધ મૂન સિરીઝમાંથી વુડબ્લૉક પ્રિન્ટ, 1887, યોશીતોશી (1839-1892)

3

ત્રણ વર્ષ સુધી એક જ પથ્થર પર બેસવું

ઇશી નો યૂ ની મો સાન નેન

હું મારી બિલાડી તામાને બગીચાના એક પથરા પર હંમેશાંની જેમ ઝપકી લેતાં જોઉં ત્યારે મારા મનમાં આ જ વાત આવે છે, “ઇશી નો યૂ ની મો સાન નેન.” આ એક કહેવત છે, જે દરેક જાપાની વ્યક્તિ બાળપણથી જ શીખી લે છે. જેનો શાબ્દિક અનુવાદ છે, “એક પથ્થર પર, ત્રણ વર્ષ સુધી.”

કહેવતમાં આવું સ્પષ્ટ નથી કહેવાયું, પરંતુ એનો અર્થ એ જ છે કે જો તમે કોઈ પથરા પર ત્રણ વર્ષ સુધી સ્થિર બેસી શકો તો તમે તેને ઓગાળી નાંખશો. આમ તો જીવનમાં દરેક કામ શરૂશરૂમાં વિચિત્ર કે અઘરું લાગી શકે છે, પણ જો તમે લાંબો સમય ધીરજ રાખશો તો એમાં નિપુણ બની જશો.

દાખલા તરીકે તમે તાજેતરમાં જ નોકરી શરૂ કરી હોય, તો શક્ય છે કે અજાણ્યા લોકો વચ્ચે કેટલાંક અઠવાડિયાં તમને અઘરું લાગે, પરંતુ થોડા જ વખતમાં તમે એમાના ઘણાં લોકોને પોતાના મિત્ર બનાવી લેશો અને જીવનના મહત્ત્વના બોધપાઠ શીખશો. જો શરૂઆતમાં જ હાર માની લીધી હોત તો આ બધું કદી ના શીખી શક્યા હોત.

દંતકથા અનુસાર, બૌદ્ધ ભિક્ષુ બોધિધર્મ ત્રણ વર્ષ સુધી એક જ પથરા પર સ્થિર બેસી રહ્યા, તો શું એમણે પથરાને ઓગાળી નાંખ્યો? આનો જવાબ એટલો મહત્ત્વનો નથી – વધારે મહત્ત્વની વાત એ છે કે તેમની પાસે આવું કરવા માટે જરૂરી સંકલ્પશક્તિ હતી.

એક જ પથરા પર બેઠેલા બોધિધર્મની તસવીરે પ્રસિદ્ધ દારૂમા ચિત્રોની રચનાને પ્રેરિત કરી – આ ઈંડા આકારના તલિસ્માન તીર્થસ્થાન અને મંદિરની બહાર વેચાય છે. એમની આંખો ખાલી હોય છે, જેથી એને ખરીદ્યા પછી, એની એક આંખમાં પેઇન્ટ કરીને તમે કોઈ મનોકામના અથવા લક્ષ્ય નક્કી કરી શકો.

આને તૈયાર કર્યાં પછી તરત જ ઘરમાં એવી જગ્યાએ મૂકી દેવું જોઈએ, જ્યાંથી તમે એને સરળતાથી જોઈ શકો. એ તમને સતત યાદ અપાવશે કે આંખમાં કલર કરતી વખતે તમે શું ઇચ્છતા હતા? જ્યારે તમારી ઇચ્છા પૂર્ણ થાય કે લક્ષ્ય પ્રાપ્ત થાય, એ પછી તમે બીજી આંખમાં પણ પેઇન્ટ કરી શકો છો.

પરંતુ તમારે બેસવા માટે પથરાની કે આંખને પેઇન્ટ કરવા માટે તલિસ્માનની જરૂર નથી. જ્યારે જીવનમાં તમે કોઈ એવું કામ કરવાનું નક્કી કરો જે તમને અશક્ય લાગતું હોય, તો લક્ષ્યપ્રાપ્તિ માટે એનું માનસિક ચિત્ર બનાવો અને પોતાના લક્ષ્યને એક કાગળ પર લખી લો.

“ઇશી નો યૂ ની મો સાન નેન” આપણને યાદ અપાવે છે કે જીવન માત્ર કોઈ કામને શરૂ કરવાનું નામ નથી, આપણી પાસે દૃઢ સંકલ્પ હોવો જોઈએ કે શરૂ કરેલા કામ પૂર્ણ કરી શકીએ. એક જ પથ્થર પર ત્રણ વર્ષ સુધી!

4

અસ્થિર પથ્થર પર લીલ નથી જામતી

તેંસેકી કોકે મુસાગુ

જાપાની સંસ્કૃતિ અનેક વિરોધાભાસોથી ભરેલી છે. મારું માનવું છે કે આને દુનિયાની બદલાતી પરિસ્થિતિઓનો સામનો કરવાની મથામણ કહી શકાય છે.

જીવનમાં કશું જ એકસમાન નથી હોતું. એ જ કારણ છે કે, આગળના પ્રકરણમાં કહ્યું તેમ એક જ પથ્થર પર ત્રણ વર્ષ બેસી રહેવાની વાતને હંમેશાં યોગ્ય રણનીતિ ના કહી શકાય. આપણે એ જાણવું અને શીખવું પડશે કે કોઈ કામ ક્યારે કરવાલાયક નથી રહેતું.

જાપાની ભાષા સ્વભાવે થોડી અસ્પષ્ટ છે અને જાપાનીઓને એ જ ગમે છે, કારણ કે એ એમને બદલાતા સંજોગો મુજબ ફ્લેક્સિબલ રહેવાની તક આપે છે. પશ્ચિમી કહેવત છે, A Rolling stone Gathers No Moss એટલે કે અસ્થિર પથ્થર પર કદી લીલ નથી જામતી. આ કહેવત પણ પોતાનામાં અસ્પષ્ટ છે અને કદાચ એટલે જ મને આમાં આટલો વધારે રસ પડે છે. લેખક પુબલીલિયસ સાયરસે (85-45 ઈ.પૂ.) લૅટિનમાં એક કહેવત લખી હતી, જેનો મૂળ અર્થ હતો કે વિચરતા લોકો – જે લોકો હંમેશાં પ્રવાસમાં રહે છે અને પોતાના મૂળ ક્યાંય નથી જમાવતાં – આમ, જીવવાથી એમની સ્વતંત્રતા અને આત્મનિર્ભરતા ટકી રહે છે. આને એક વરદાન માનવામાં આવતું હતું.

કેટલીયે સદીઓ પછી, રૉટરડેમ અને ઇરાસમસે આ કહેવતની નવી વ્યાખ્યા કરતાં લખ્યું, જેનો મૂળ અર્થ હતો કે ગબડતા પથ્થર પર કદી લીલ નથી ઊગી શકતી. ઇરાસમસ માટે પોતાની જગ્યાએથી ના ખસનારો પથ્થર સ્થિરતાનો પર્યાયવાચી છે; હંમેશાં સંજોગોને અનુરૂપ રહેવું અને ચાલતા રહેવું જ યોગ્ય ગણાય છે.

આ કહેવતથી પ્રેરિત થઈને જ બૉબ ડિલને પોતાનું પ્રખ્યાત ગીત, "લાઇક એ રોલિંગ સ્ટોન..." લખ્યું, જે એ વખતનાં સારાં ગીતોમાંનું એક ગીત હતું.

પરંતુ હવે આપણે પથ્થરને ભૂલીને લીલ પર ધ્યાન આપવું જોઈએ.

શું એ સારી ગણાય કે ખરાબ?

જાપાની લોકો માટે, લીલ બહુ સાર્થક અને મહત્ત્વપૂર્ણ છે. હકીકતમાં, મૉસ કે લીલ માટે વપરાનારો શબ્દ કોકે, એમના રાષ્ટ્રગીતનો એક ભાગ છે, જેને તેઓ બાળપણમાં જ શીખી લે છે.

કીમીગાયો વા
ચીયો ની યાચિયો ની
સાજારે-ઇશી નો
ઇવાઓ નો નેરાઇત
કોકે નો મુસુ મેડ

જેનો અર્થ છે :

તમારું રાજ્ય
હજારો વર્ષો સુધી, આઠ હજાર વર્ષો સુધી,
સદીઓ સુધી રહે, જ્યાં સુધી
નાના કાંકરા મોટા પથ્થરમાં ના ફેરવાઈ જાય.
અને એમના પર લીલની પરત ના જામી જાય.

આમ તો જાપાનીઓને લીલ ગમે છે પરંતુ "ગબડતા પથ્થર પર લીલ નથી લાગતી." કહેવત માટે એમની માન્યતા, ખરેખર તો ઇરાસમસ અને સાયરસ બંનેની વ્યાખ્યાઓનો સમાવેશ કરે છે.

અને બાકી બધું તમારા દૃષ્ટિકોણ પર આધાર રાખે છે.

જો તમે એક જ જગ્યાએ સ્થિર રહેશો તો તમારા પર "ગંદી લીલ" જામવા લાગશે, એ વખતે તમારે ગતિશીલ થવું પડશે.

જો તમે સતત ગતિશીલ રહ્યા અને પોતાના પર સુંદર લીલ જામવા ના દીધી તો, તો હવે સમય છે કે તમે એક ઊંડો શ્વાસ ભરો અને આના પર કામ કરવાની શરૂઆત કરો.

સૌથી મોટો પ્રશ્ન એ થાય છે : આપણે કેવી રીતે જાણી શકીએ કે ક્યારે સ્થિર રહેવાનું છે અને ક્યારે નવી વસ્તુની શોધમાં આગળ વધવાનું છે?

માત્ર તમે જ આ પ્રશ્નનો જવાબ આપી શકો છો. ખાસ વાત એ છે કે તમને ફસાયા જેવું ના લાગે. આ પુસ્તકમાં, હું તમને મારા મનગમતાં કેટલાંક સાધનો વિશે જણાવવાનો છું, પરંતુ એક વાત યાદ રાખો કે તમે તમારી અંગત પરિસ્થિતિ મુજબ, ગમે ત્યારે તમારી સ્થિતિને બદલવાના ઉપાય કરી શકો છો.

હંમેશાં ફ્લેક્સિબલ રહો.

પોતાની રણનીતિમાં ફેરફાર કરવો અને જીવનને વૈવિધ્યસભર બનાવવું એ સારી વાત છે : એક જ ક્ષણમાં તમે ઝડપથી આગળ વધી શકો છો, એવો રગડતો પથ્થર બની શકો છો જેને કોઈ પકડી ના શકે અને બીજી જ ક્ષણે તમે સ્થિર હશો, પરિણામે તમારી પર અને તમારી આસપાસ તાજી લીલ જામી જશે.

જો થોડા વખત પછી, તમને એવું લાગે કે તમારે ગતિશીલ થવું છે તો તમારા પર ઊગેલી લીલની સુંદરતાને યાદ રાખજો. આગળ વધો, પરંતુ એ લીલને પોતાની સાથે જ રહેવા દો.

5

અઘરું અને અશક્ય

અમેરિકન સેનાના એન્જિનિયરોનું એક સૂત્ર છે : "અમે અઘરાં કામો તાત્કાલિક કરીએ છીએ અને અશક્ય કામોમાં થોડી વાર લાગે છે."

હું જ્યારે પણ આ વાક્ય સાંભળું છું ત્યારે મને એક નવલકથાકારની યાદ આવે છે. તેમણે વિવિધ દેશોમાંથી આવેલા વિદ્યાર્થીઓ સાથેના મારા એક રચનાત્મક કાર્યક્રમમાં ભાગ લીધો હતો. જોર્ડિ કૈંપોય, એક સંગીતકાર અને નિર્દેશક પણ છે, તેઓ નાની ઉંમરથી જ એક ટીવી કાર્યક્રમ માટે સખત મહેનત કરતા હતા, આ ટીવી શૉના દર્શકોની સંખ્યા લાખોમાં હતી. તેઓ સ્પેનના જાણીતા કલાકારોમાના એક હતા, પરંતુ એ એમનું સપનું નહોતું.

તેઓ જે પ્રકારનું કામ કરતા હતા, તે એમના ઉદ્યોગમાં બીજા કોઈના માટે પણ અઘરું હતું, પરંતુ એમના માટે એ રોજિંદું કામ હતું, જેને એ બહુ મહત્ત્વ નહોતા આપતા. એમનું સાચું સપનું હતું કે એમની પહેલી નવલકથા પ્રકાશિત થાય.

એમણે 10 વર્ષ પહેલાં એ નવલકથા લખવાની શરૂઆત કરી હતી – તે લંડનની એક સેલોવાદકની વાર્તા હતી. જે બધે જ મોડી પહોંચતી અને એના પ્રેમસંબંધ બહુ જટિલ હતા. એનાથી મોટી વાત એ હતી કે એના વાદ્યયંત્રના બૉક્સમાં અતીતનું એવું રહસ્ય છુપાયેલું હતું જેનાથી એ પોતે પણ અજાણ હતી.

એમણે ભરપૂર ઉત્સાહથી મને પોતાની નવલકથા વિશે જણાવ્યું, જેને લખવાની શરૂઆત એમણે ખાસ્સાં વર્ષો પહેલાં કરી હતી, તેથી મેં એમને પૂછ્યું કે, "આ નવલકથા કયા તબક્કામાં છે."

"મેં ચોથુ સંસ્કરણ હમણાં જ પૂરું કર્યુ છે." – એમણે જવાબ આપ્યો.

એમની સાથેની વાતચીતમાં ખબર પડી કે દરેક મેનુસ્ક્રીપ્ટને પૂરી કર્યાં પછી તેઓ વ્યાવસાયિક પ્રકાશકોને એ વાંચવા માટે આપતા અને રીડર્સ રિપોર્ટના પૈસા પણ ભરતા. તેઓ સહર્ષ એ ટીકાઓ અને સૂચનોને આવકારતા અને એ મુજબ પોતાની મેનુસ્ક્રીપ્ટમાં જરૂરી સુધારા અને સંશોધનો કર્યા બાદ પોતાની નવલકથા ધ સૈલિસ્ટની નવી આવૃત્તિ પર કામ કરવા લાગતા.

આમ, એક પણ વખત હાર માન્યા વિના એમણે પોતાનું કામ ચાલુ રાખ્યું અને છેલ્લે એનું ઇનામ એમના હાથમાં હતું. તેમણે સાહિત્યના એક શેરપા સાથે કામ કર્યું હતું, જેણે એમની અડધી મેનુસ્ક્રીપ્ટને રદ કરીને નવેસરથી લખાવી અને પછી એ નવલકથાને પ્રકાશન માટે મોકલવામાં આવી.

પહેલા સંપાદકે અનેક વર્ષોની મહેનત પછી લખાયેલી નવલકથામાં પુષ્કળ રસ લીધો, પરંતુ એને છાપવાની હિંમત ના કરી શક્યા. બીજાને વાંચતાંની સાથે જ મેનુસ્ક્રીપ્ટ ગમી ગઈ અને એણે નવલકથા પ્રકાશિત કરી.

એ નવલકથાને વિવેચકો અને વાચકોનો ભરપૂર પ્રેમ મળ્યો અને તે પુનઃ પ્રકાશિત પણ થઈ. આજે આ સંગીતનિર્માતા સાહિત્યજગતમાં પગલું મૂકી ચૂક્યા છે અને એ જ પ્રકાશક એમની બીજી નવલકથા પ્રકાશિત કરવા માટે પણ રાજી છે.

તે પોતાના બાળપણના સપનાને સાકાર કરી રહ્યા છે.

જો તેમણે પોતાની પહેલી મેનુસ્ક્રીપ્ટનાં પહેલાં સંસ્કરણ (બહુ જ મહેનતથી તૈયાર કરેલું ચારસો પાનાંનું સંસ્કરણ)ની ટીકા સાંભળીને કામ બંધ કરી દીધું હોત તો, એમના સપનાનું પણ ત્યાં જ બાળમરણ થયું હોત. તેમણે બીજી અને ત્રીજીવારમાં પણ હાર ના માની, પ્રકાશકોએ તો કહી દીધું હતું કે, આ મેનુસ્ક્રીપ્ટ પ્રકાશનને લાયક હતી જ નહીં.

એમણે સપનું જોયું અને દરરોજ મહામહેનતે એ સપનાને જીવતું રાખ્યું – સતત 10 વર્ષ જીવતું રાખ્યું – અને અશક્યને શક્ય કરીને બતાવ્યું.

ધ ઝેન રોક ગાર્ડન એક રચનાત્મક કાર્ય, એક પ્રતીક, એક ધ્યાન છે. આના તરંગો અનંત છે અને માણસે જેની રચના કરી, એમણે જ એની જાળવણી કરવી જોઈએ. વારંવાર એક જ કામ કરવા માટે શિસ્ત જોઈએ, જે ગનબાતેનું જ એક અંગ છે. જે એવું સ્વીકારી શકે કે એમનો પરિશ્રમ વ્યર્થ જઈ શકે છે અને તેમ છતાં એ કામ કરવા ફરી સજ્જ હોય છે, એ જ બધું પ્રાપ્ત કરવાને યોગ્ય હોય છે.

6

શા...કન...કન, ધીરજનું મૂલ્ય

એક પ્રાચીન ઝેન કથા અનુસાર એક શિષ્ય પોતાના માસ્ટરને મળવા એક પારંપરિક જાપાની ઘરમાં ગયો, પરંતુ જેવો એ ઘરમાં પહોંચ્યો તો માસ્ટરે એને હાથથી બેસવાનો ઇશારો કરવા સિવાય કશું ના કર્યું. એક શબ્દ પણ ના બોલ્યા.

એણે વિચલિત થઈને માસ્ટરને પૂછ્યું :

"મારે તાત્કાલિક જ્ઞાન મેળવવા માટે શું કરવું જોઈએ?"

તેમને જવાબ આપવાની જરાય ઉતાવળ નહોતી. તેઓ શાંત રહ્યા, શિષ્ય સામે જોયા વિના જ પોતાના કપમાંથી ચાનો ઘૂંટ ભર્યો, પછી શાંતિથી પોતાની સામે દેખાતા બગીચાને નિહાળવા લાગ્યા, દેવદારનાં વૃક્ષોમાં હળવા પવનને લીધે થોડો સળવળાટ હતો.

શિષ્યએ ફરી એકવાર મૌન તોડ્યું :

"હું મુક્તિની પ્રતીક્ષા કરી કરીને થાકી ગયો."

વૃદ્ધ ચિંતિત ભાવે એની તરફ વળ્યા, ખભા પર ઉંમરનો ભાર લઈને નમ્યા અને શિષ્ય સામે જોઈને બોલ્યા :

"શા...કન...કન."

એ પછી રૂમમાં ફરી શાંતિ છવાઈ ગઈ.

મૂંઝાયેલા શિષ્યએ એમને પૂછ્યું :

"હું શાકનકન કેવી રીતે લાગુ કરી શકું? એનો અર્થ શું છે?"

પોતાની શાંતિમાં સહેજ પણ ખલેલ કર્યાં વિના, માસ્ટરે ચાનો બીજો એક મોટો ઘૂંટ પીધો. એ પછી તેમણે સ્પષ્ટ શબ્દોમાં પ્રશ્નનો જવાબ આપ્યો :

"શાંત થઈ જા, શાંત થઈને, સ્થિર પગલાં ભરીને અને ધીમે ધીમે આગળ વધ."

શિષ્યને ગુસ્સો આવ્યો કે, માસ્ટર તેના જુસ્સાને નથી સમજી રહ્યા. તેણે ગુસ્સામાં જવાબ આપ્યો :

"શાંતિથી? હું તો જેટલો જલદી બની શકું, એટલો જલદી જ્ઞાની બનવા માગું છું!"

માસ્ટરે એકવાર ફરી પોતાનો ચહેરો જંગલ તરફ ફેરવતાં કહ્યું :

"બેસી જા, ધ્યાનથી સાંભળ કે દેવદારનાં વૃક્ષો તને શું કહે છે?"

માસ્ટર અને શિષ્ય આખી સાંજ તાતામી પર બેસીને સાંભળતા રહ્યા કે દેવદારનાં વૃક્ષો હવા સાથે શું વાત કરતા હતા.

માસ્ટરે શિષ્યને શું શિખવાડ્યું? જીવન એ લોકોને જ ઇનામ આપે છે, જે ધીરજ રાખે છે અને દંડ એમને આપે છે, જે ઉતાવળ કરે છે.

ધીરજ એક એવો ગુણ છે જેને વધારે મહત્ત્વ નથી મળતું અને મોટાભાગે તો આપણે એને ભૂલી જ જઈએ, પરંતુ તે બહુ શક્તિશાળી છે. સામાન્ય રીતે આપણે અતિઆવશ્યક હોય તેને જ સાથે લઈ જવાની અનુમતિ આપીએ છીએ. આ માણસનો સ્વભાવ છે. હવે એક ક્ષણ માટે શાંતિથી વિચારો કે તમે છેલ્લીવાર કયા કામને ખોટી રીતે પૂર્ણ કર્યું અને પછી હતાશ થઈ ગયા, ખરેખર તો એ કામને શાંતિથી કર્યું હોત તો બધી વાતો ઉકેલાઈ જતી. જો તમે સમયમાં પાછા જઈ શકતા હોત, તો શું તમે એ જ પરિસ્થિતિમાં વધારે ધીરજથી વર્તવાનું પસંદ કરશો?

તો ચાલો, વિપરીત અભ્યાસ કરીએ, કોઈ એવી વસ્તુનું માનસિક ચિત્ર બનાવો જેના પર તમને બહુ ગર્વ હોય. તમે એ કેવી રીતે કરી શકો? શક્ય છે કે તમે એને બહુ જ ધીરજથી પ્રાપ્ત કર્યું હોય અને એ માટે તમે કેટલાય મહિનાઓ કે વર્ષો સુધી એમાં સમય અને ઊર્જાનું રોકાણ કર્યું હશે.

જ્યારે હું એવા લોકોનાં જીવનચરિત્ર વાંચું છું જે ઉલ્લેખનીય જીવન જીવ્યા હોય, તો એ બધામાં ધીરજનો ગુણ સમાન રૂપમાં જોવા મળે છે.

મસાઓ માત્સુમોતો અને મિયાકો માત્સુમોતો એ 2018માં દુનિયાના સૌથી વયોવૃદ્ધ દંપતી હોવાનો ગિનિઝ બુક ઑફ વર્લ્ડ રેકોર્ડ નોંધાવ્યો. બંનેની સંયુક્ત ઉંમર 208 વર્ષ છે. મસાઓની ઉંમર 108 વર્ષ જ્યારે મિયાકોની ઉંમર 100 વર્ષ હતી.

એમનાં લગ્ન ઑક્ટોબર, 1937માં થયાં હતાં અને રેકોર્ડ બનાવતી વખતે એમનાં લગ્નને 80 વર્ષ થઈ ગયાં હતાં. જ્યારે મીડિયાએ મિયાકોને આટલા લાંબા ગાળા સુધી ટકેલા અતૂટ પ્રેમનું રહસ્ય પૂછ્યું તો જવાબમાં તેમણે કહ્યું કે, “આનું મુખ્ય કારણ ધીરજ જ હતું.”

આમ-તેમ ભાગમભાગ કરવાથી કોઈ લાભ થતો નથી.
એ માત્ર આપણો તણાવ જ વધારે છે.

શા...
કન...
કન...

7

હારવામાં જ જીત છે

માકેરુ ગા કાચી

ઘણીવાર જીતવા કરતાં હારી જવું સૌથી સારો વિકલ્પ હોય છે.

થોડાં વર્ષો પહેલાં, ઓકિનાવામાં એક પરિચિતના ઘરે મને એક સાંજ પસાર કરવાનું આમંત્રણ મળ્યું હતું. તાતામીથી ઢંકાયેલા ઓરડામાંથી બગીચાનું સુંદર દૃશ્ય દેખાતું હતું. અમે ત્યાં બેસીને ચા પીધી. મારા યજમાને 'ગો' રમત રમવાનું સૂચન કર્યું.

હું રમવા તૈયાર થઈ ગયો, કારણ કે મને બાળપણથી જ આ રમત બહુ ગમતી હતી. રમત શરૂ થઈ તેના અડધો કલાકમાં બોર્ડ પર માત્ર મારી ગોટીઓ જ દેખાવા લાગી. હું જીતવાનો હતો, એમાં શંકાને કોઈ સ્થાન જ નહોતું, પરંતુ મેં જોયું કે મારી જીતની સાથે સાથે મારા સાથીનું મન દુઃખી થઈ રહ્યું હતું. વાતાવરણ ગંભીર બની ગયું હતું.

ત્યારે મેં મારી જાતને પૂછ્યું : શું માત્ર પોતાના અહમ્‌ને સંતોષવા માટે મારું જીતવું જરૂરી હતું કે જેથી હું એમને બતાવી શકું કે હું આ રમતમાં એક્સપર્ટ છું કે પછી એ જ યોગ્ય ગણાશે કે હું મારી જાતને હારવા દઉં, જેથી મારા યજમાનનો મૂડ સારો રહે અને અમે સાથે સરસ સાંજ પસાર કરીએ?

મેં મારા માટે બીજો વિકલ્પ પસંદ કર્યો.

રમ્યા પછી અમે ખૂબ હસ્યાં. એણે મને રાતના ભોજનનું પણ આમંત્રણ આપ્યું અને અમે મોડી રાત સુધી સાહિત્ય અને સંગીત પર વાતો કરી. આ એ સંબંધની શરૂઆત હતી જેને આજે હું મારા સૌથી પ્રિય મિત્રોમાં ગણું છું.

હારીને, હું એક રમતમાંથી ખાસ્સું વધારે જીત્યો હતો.

જાપાનીમાં કહે છે : માકેરુ ગા કાચી — જીત જ હાર છે. એ આપણને યાદ અપાવે છે કે ઘણીવાર આપણે આપણા અહમ્‌ને કારણે સાચા અર્થમાં જીતને સમજી નથી શકતા.

તમારે એ ક્ષણોને ઓળખતાં શીખવું જોઈએ, જ્યારે એ વખતની હાર તમારા માટે દીર્ઘકાલીન જીત સાબિત થશે અને તમે માત્ર પોતાની જ નહીં, બીજા લોકોની ભાવનાઓનું પણ ધ્યાન રાખશો. જે સંજોગોમાં તમે કોઈ વસ્તુ કે વ્યક્તિનો સામનો કરવામાં અસ્વસ્થતા અનુભવો, ત્યારે તમારી જાતને પૂછો : જો હું હારી ગયો તો શું પરિણામ આવશે?

એવી પરિસ્થિતિઓ જેમાં પોતે હારી જવું જ શ્રેષ્ઠ હોય છે :

પરિવાર : બાળકોને અવારનવાર તમને હરાવવા દો, આનાથી એમનું સ્વાભિમાન વધશે.

વ્યવસાય : ઘણીવાર કરારની શરૂઆતમાં નફાના નીચા દર માટે સહમત થવું પણ ફાયદાકારક ઠરી શકે છે. કદાચ તે લાંબા ગાળાના અને સ્થાયી સંબંધની શરૂઆત હોય, જે તમને અને તમારા સાથીને લાભ આપી શકે.

પ્રેમ : કેટલીક વાર તમારે તમારા સાથીને પણ દલીલમાં જીતવા દેવા જોઈએ. અંતિમ પરિણામ તમારા બંને માટે લાભદાયી હશે.

કાર્ય : તમારા સહકર્મીને એ જે રીતે કામ કરવા માગતો હોય તે રીતે કરવાની છૂટ આપો. ભલેને એ રીત તમારા વિચારોની વિરુદ્ધ હોય. શક્ય છે કે આ આગામી પ્રોજેક્ટમાં તમને મદદરૂપ સાબિત થાય.

દરેક યાત્રા, લાંબી કે નાની, પહેલા પગલાથી
જ શરૂ થાય છે. પછી એક અને, એક અને....

૪

સૌથી લાંબી મુસાફરી પહેલા પગલાથી શરૂ થાય છે

સેનરી નો મિચી મો ઇપ્પો કારા

આપણે જ્યારે કોઈ પ્રસિદ્ધ કલાકારના કામ કે દોડવીરના રેકોર્ડનો વિચાર કરીએ ત્યારે ભૂલી જઈએ છીએ કે એક સમય એવો હતો જ્યારે એ લોકો પણ નાના હતા. આપણને લાગે છે કે એમને આ કુશળતા રાતોરાત મળી હશે, એ કોઈ ચમત્કારથી પ્રતિભા હાંસલ કરીને મહાન બની ગયા છે.

પરંતુ ખરેખર તો એવો પણ એક સમય હતો, જ્યારે :

> એક વ્યાવસાયિક પિયાનોવાદકે પહેલીવાર પિયાનોને સ્પર્શ કર્યો અને પ્રસિદ્ધ ચિત્રકારે પહેલા દિવસે ધ્રૂજતા હાથે પીંછી પકડી, ઑલિમ્પિક ચંદ્રક વિજેતા ખેલાડીને ચાલતાં પણ નહોતું આવડતું, જાણીતા નવલકથાકાર વાંચતા શીખ્યા હતા.

જાપાનમાં એક કહેવત છે : સેનરી નો મિચી મો ઇપ્પો કારા, એનો અર્થ છે, “એટલે સુધી કે સૌથી લાંબી યાત્રા પણ પહેલા પગલાથી જ શરૂ થાય છે.” આ કહેવત આપણને યાદ અપાવે છે કે ભલેને આપણે જીવનની કોઈ પણ અવસ્થામાં કેમ ના હોઈએ; બધું જ પહેલા

પગલાથી શરૂ થાય છે અને આપણે ભવિષ્ય તરફ અડધું અંતર કાપી લઈએ છીએ.

જો તમે કોઈ નવો શોખ અપનાવવા માગો છો, કોઈ નવા સંબંધમાં જોડાવા માગો છો કે પછી કારકિર્દીમાં કોઈ ફેરફાર કરવા માગતા હોવ, ત્યારે તમે એના લાંબા અંતરને જોઈને જ હાર માની લો છો. તમે માત્ર તમારા આગલા પગલા પર ધ્યાન કેન્દ્રિત કરો. તે પહેલાં વર્ગમાં નામ લખાવો, મૅસેજ કે રેઝ્યુમે મોકલો... એક ડગલું આગળ વધો અને ચાલવાનું શરૂ કરો.

આ પહેલું પગલું જ અઘરું હોય છે, પરંતુ એક વાર ભરી લેશો તો એ તમને આત્મવિશ્વાસ આપશે. અચાનક તમને લાગશે કે તમે બીજા અને ત્રીજા પગલા સાથે આગળ વધી રહ્યા છો... અને પછી તમે સરળતાથી ચાલવા લાગશો.

જો ક્યારેક તમે નિરાશ થાવ તો ગનબાતે શબ્દને યાદ રાખો. આ તમને આગળ વધતા રહેવાની પ્રેરણા આપશે.

તમે પાછા વળીને જોશો તો ખ્યાલ આવશે કે તમે એક પગલાથી જે યાત્રાની શરૂઆત કરી હતી એ હવે લાંબી યાત્રા બની ગઈ છે. એનાથી વિશેષ – સૌથી મહત્ત્વપૂર્ણ વાત છે – તમે એ વ્યક્તિ નહીં રહો, જે યાત્રાની શરૂઆતમાં હતા. તમે એક મનુષ્યરૂપે વિકસિત થઈ ગયા હશો.

9

ધનુર્ધારી અને ચંદ્ર

એક પૌરાણિક કથાનુસાર એક ગ્રામીણ યુવક દુનિયાનો સર્વશ્રેષ્ઠ ધનુર્ધર બનવાનું લક્ષ્ય લઈને ઘરેથી નીકળ્યો. પોતાના લક્ષ્યને સાકાર કરવા માટે તે પોતાના પ્રાંતના ક્યૂડો ગ્રાન્ડમાસ્ટની સલાહ લેવા ગયો.

બગીચા, નદીઓ અને પહાડોની લાંબી યાત્રા પછી એણે પોતાની જાતને જંગલમાં એક સાદા રૂમમાં જોયો.

તે માસ્ટરની સામે ઘૂંટણિયે બેસીને બોલ્યો :

"માસ્ટર, હું દુનિયાનો સૌથી મહાન તીરંદાજ બનવા માગું છું. – આ લક્ષ્યને પ્રાપ્ત કરવા માટે મારે શું કરવું જોઈએ?"

એક ક્ષણ સુધી ધ્યાન ધર્યાં પછી વૃદ્ધે આરામથી જવાબ આપ્યો, "જો વિશ્વના સૌથી મહાન તીરંદાજ બનવું હોય તો, મારી પાસે તમારા માટે કામ છે – તમારે તમારા બાણથી ચંદ્ર પર નિશાન સાધવું પડશે. આજ સુધી આ કામ કોઈ કરી શક્યું નથી. તમે પહેલા હશો અને ક્યૂડો કૌશલમાં તમારો કોઈ હરીફ નહીં હોય."

આ અભિયાનને લઈને ઉત્સાહી અને અભિભૂત થયેલો યુવક લાંબી યાત્રા કરીને ઘરે પાછો ફર્યો. ઘરે આવ્યા પછી તે ગુરુએ આપેલા કામમાં તન-મનથી જોડાઈ ગયો. તેણે પોતાના બાણ અને ધનુષ્ય બનાવ્યાં અને રોજ સાંજે ક્ષિતિજ પર ચંદ્ર દેખાય એટલે એના પર નિશાન લગાવવા લાગતો.

તે રોજ રાતે ચંદ્ર પર નિશાન સાધતી વખતે, પોતાના અભિયાન પ્રત્યે નિષ્ઠાવાન રહ્યો. ચંદ્ર વધવાની કળામાં હોય કે ઘટવાની કળામાં; ઘણીવાર તો એ એવી રાતોમાં પણ પ્રૅક્ટિસ કરતો જ્યારે આકાશમાં ચંદ્રનો માત્ર આછો પડછાયો જ દેખાતો હોય.

આખા ગામમાં અફવા ફેલાઈ ગઈ કે એ યુવક ગાંડો થઈ ગયો છે. બધા એને દીવાનો કહેવા લાગ્યા. જો કે તેણે લોકોનાં મહેણાંની પરવા ના કરી અને ચંદ્રમા પર સતત નિશાન સાધતો રહ્યો.

ખાસ્સા સમય પછી, જ્યારે એને લાગ્યું કે એ પોતાના લક્ષ્યને પ્રાપ્ત નથી કરી શકતો તો એ ફરીવાર પોતાના ક્યૂડો માસ્ટરને મળવા નીકળ્યો, જેથી એમને પોતાની નિષ્ફળતા વિશે કહી શકે.

પરંતુ માસ્ટરે એની પીઠ થપથપાવતાં કહ્યું, "જો તું કહે છે એ વાત સાચી હોય તો તેં અસાધારણ રીતે પોતાનું અભિયાન પૂર્ણ કર્યું છે. ભલેને તારું એક પણ તીર ચંદ્ર સુધી ના ગયું હોય, પણ તેં અત્યાર સુધીમાં હજારો તીર ચલાવ્યાં હશે અને તું દુનિયાનો શ્રેષ્ઠ ધનુર્ધર બની ગયો હોઈશ, કારણ કે ખરેખર તો તારું લક્ષ્ય ચંદ્ર નહોતો, જેને તું નિશાન બનાવતો હતો."

ધનુર્ધર પોતાના માસ્ટરના શબ્દો સાંભળીને પ્રસન્ન અને ચકિત થઈ ગયો હતો. એણે પૂછ્યું, "અચ્છા, એમ નહોતું? માસ્ટર, હું કોના પર નિશાન સાધી રહ્યો હતો?"

"ધનુર્ધર પોતાની પર નિશાન સાધે છે."

10

ઉદ્યોગ સાહસિકો માટે ગનબાતેના દસ નિયમ

એક ઉદ્યોગ સાહસિક એ છે જે પહેલ કરીને, પહેલું ડગલું ત્યારે ભરે છે જ્યારે બીજા લોકો એ કામ વિશે માત્ર વાતો જ કરતા હોય છે. એ વ્યક્તિ સમસ્યા સામે આવે ત્યારે એનાથી હાર માનવાને બદલે આગળ વધવામાં વિશ્વાસ રાખે છે.

ઉદ્યોગસાહસિકતાની ભાવના વ્યાવસાયિક વિશ્વની સાથે સાથે અન્ય સંદર્ભો, જેમ કે કળા, કોઈ પણ શોખ કે રમત કે પછી પોતાના સ્વાસ્થ્યની સંભાળને લગતી કોઈ પહેલમાં સમાન રીતે લાગુ કરી શકાય છે.

જો છેલ્લું ઉદાહરણ લઈએ તો, પોતાના સ્વાસ્થ્યની સારસંભાળની શરૂઆત કરવા માટે કયો સમય સૌથી ઉત્તમ રહેશે?

એક આળસુ વ્યક્તિ ભવિષ્યની યોજનાઓ જ બનાવતો રહી જાય છે, તે આના માટે ઉપાયો શોધ્યા કરશે અને જોશે કે એ કયા દિવસે જિમ જવાનું શરૂ કરશે કે પોતાના ખોરાકમાં પરિવર્તન લાવશે, પરંતુ આ બધું એની કાલ્પનિક આવતીકાલ સુધી જ સીમિત હશે.

તો બીજી તરફ, એક ઉદ્યમી માનસિકતાવાળો વ્યક્તિ તે જ સમયે કામનો પ્રારંભ કરશે અને ગનબાતેના નિયમોને અમલમાં મૂકશે.

આવો, આના પર એક નજર કરીએ :

1. આ કરો!

જો તમારી પાસે એવો કોઈ વિચાર છે જે તમારા મગજમાં સામાન્ય કરતાં વધારે વખત આવે છે તો એના પર વિચારવાનું બંધ કરીને અમલ કરો. એક ઉદ્યમી હંમેશાં કાર્યવાહીને મહત્ત્વ આપે છે અને કોઈ પણ નવું કામ કરવામાં પાછો નથી પડતો. આને અત્યારે જ કરો! આવતીકાલની પ્રતીક્ષા ના કરશો.

2. ભલે તમારી પાસે અનુભવ ના હોય, એક શરૂઆત કરો! તમને રસ્તામાં શીખવાની તક મળશે

જ્યારે તમે કોઈ નવું કામ શરૂ કરો છો, ત્યારે સીધી વાત છે કે તમને ઘણીબધી વાતોની જાણકારી ના હોય. આ કોઈ નવું કામ શરૂ કરવાનો એક ભાગ જ છે. શક્ય છે કે આપણને એવું લાગે કે આપણે સજ્જ નથી, પરંતુ ઇતિહાસના ઘણા ઉદ્યમી શરૂઆતમાં સજ્જ નહોતા. સ્ટીવ જૉબે પહેલો આઇફોન બનાવવાનો નિર્ણય કર્યો ત્યારે એમની પાસે સ્માર્ટફોન બનાવવાનો કોઈ અનુભવ નહોતો અને બિલ ગેટ્સ પાસે ઑપરેટિંગ સિસ્ટમ બનાવવાનો કોઈ અનુભવ નહોતો. મારી વાત સમજવા માટે આ બંને ઉદાહરણો પૂરતાં છે. એમણે અંધારામાં જ પહેલું પગલું ભર્યું હતું.

3. ભૂલમાંથી પણ શીખવા મળે છે

જો શરૂઆતમાં રસ્તામાં બાધાઓ આવે તો હિંમત ના હારશો. તમારાથી ભૂલ થાય એ સ્વાભાવિક છે. એવું માનીને ચાલો કે એ તમારા માટે લાભદાયક જ છે. તમે જેટલી વધારે ભૂલો કરશો – તમારો અનુભવ એટલો વધારે વધશે.

4. અડગ રહો પણ લવચીક રહો

શરૂઆતમાં સતત કામ કરશો તો તમે આગળ વધશો, પરંતુ જો તમને એવું લાગે કે કામ નથી થઈ રહ્યું તો પોતાની નીતિમાં ફેરફાર કરીને જુઓ. જો તમે તમારી ભૂલમાંથી શીખીને આગળ વધતા હોવ તો, નવેસરથી શરૂઆત કરવામાં ખચકાશો નહીં.

5. શક્ય એટલું સારું કરવાનો પ્રયત્ન કરો

ભલે તમે બહુ સાદું કે પ્રાથમિક કામ કરતા હોવ, તમારે હંમેશાં શ્રેષ્ઠતાનું લક્ષ રાખવું જોઈએ.

6. તમારા જેવું વિઝન ધરાવતા લોકો સાથે રહો

આ પ્રવાસમાં તમારી સાથે એવા લોકો જ હશે જે તમારા વિઝનમાં વિશ્વાસ રાખતા હોય. કેટલાક લોકો તમને અધવચ્ચે છોડી દેશે તો કેટલાક લોકો અંત સુધી તમારી સાથે રહેશે. જ્યારે પણ આવું કંઈ થાય તો એનો સ્વીકાર કરો. જે લોકો તમારી જેમ જીવનમાં એ માર્ગદર્શક પ્રકાશને અનુસરે છે, તે સહજભાવે તમારી સાથે હશે, કારણ કે તમારા બધાનો ધ્યેય એક છે.

7. હંમેશાં શીખતા રહો

દંભ અને અહંકારથી દૂર રહો. તમે ગમે તેટલા સફળ હોવ છતાં હંમેશાં કંઈક ને કંઈક શીખતા રહો. કુતૂહલ જાળવી રાખો અને નવા વિચારો માટે મુક્ત રહો. કોઈ ગુરુ દ્વારા અનાડી શિષ્યને પુછાયેલા પ્રશ્નથી વધારે પ્રેરક કશું ના હોઈ શકે.

8. ધીરજ

આપણા જીવનમાં ક્યારેય રાતોરાત સારાં પરિણામ નથી આવતા. તે

હંમેશાં અનેક પ્રયત્નો પછી જ સામે આવે છે અને એ માટે તમારે શ્રેષ્ઠમાં શ્રેષ્ઠ આપવું પડે છે.

9. તમારા પ્રોજેક્ટ દુનિયાને બતાવો

ભલે તમને શરમ આવે, પણ વહેલામાં વહેલી તકે તમારો પ્રોજેક્ટ દુનિયાની સામે મૂકો. આનાથી તમને દર્શકો અને ગ્રાહકોના ફીડબૅક મેળવવાની તક મળશે.

10. પોતાના મનની વાત સાંભળો

બાકીની બધી વાતો ઉપરાંત, કોઈ શું કહેશે એની ચિંતા કર્યા વિના, પોતાના મનની વાત સાંભળો. તમે તમારા કામને બીજા કોઈ પણ કરતાં સારી રીતે જાણો છો. એ તમારી પોતાની રચના છે, તમારો બિઝનેસ છે. જો તમે એને લઈને અનિશ્ચિત હશો તો તમારું હૃદય એ વાત કહી દેશે.

"શું આ રસ્તાને કોઈ હૃદય છે?
જો હોય તો સારું છે; જો ના હોય તો એ કોઈ કામનો નથી.
ના તો કોઈ રસ્તો ક્યાંય જાય છે,
પરંતુ કોઈ રસ્તા પાસે હૃદય હોય છે અને કોઈ પાસે નથી હોતું.

એક રસ્તો ત્યાં સુધી યાત્રાને આનંદદાયક બનાવે છે,
જ્યાં સુધી તમે એની સાથે હોવ છો, એની સાથે ચાલો છો.
બીજો તમને અભિશાપિત કરી દેશે.
એક રસ્તો તમને શક્તિશાળી બનાવે છે,
બીજો તમને નિર્બળ બનાવે છે."

— કારલોસ કાસ્ટેંડા

11

ઝીરોનું સપનું : શોકૂનિનની સંપૂર્ણતા

જે લોકો જાપાનની સંસ્કૃતિને નથી જાણતા, તે એ જાણીને આશ્ચર્યચકિત થઈ શકે કે દુનિયાનું સૌથી સારું સુશી રેસ્ટોરન્ટ તથા સૌપ્રથમ ત્રણ મિશેલિન સ્ટાર મેળવનારા રેસ્ટોરન્ટ ટોક્યોના ઉપનગરમાં છે. આ ગિંજા સ્ટેશને આવેલું છે.

આનું રહસ્ય ઝીરો ઓનોના હાથમાં છે, જે આ લખાય છે ત્યારે 94 વર્ષના છે અને રસોડાને જીવનનાં 87 વર્ષ આપ્યા પછી પણ ત્યાં જ કામ કરે છે.

એમની દૃઢતા વર્ષ 2014ની આસપાસ દુનિયાની સામે આવી જ્યારે પ્રધાનમંત્રી શિંજો એબના આમંત્રણ પર બરાક ઓબામા, આ 10 સ્ટૂલવાળા રેસ્ટોરન્ટમાં આવ્યા. એમણે નિવેદન કર્યું :

“મારો જન્મ હવાઈમાં થયો હતો અને મેં બહુ સુશી ખાધી છે, પરંતુ આ મારા જીવનની સૌથી સારી સુશી હતી.”

આ પ્રખ્યાત મુલાકાત પહેલાં, ઝીરો ઓનો વર્ષ 2011માં અમેરિકન ડેવિડ ગેલ્બે નિર્દેશિત ડોક્યુમેન્ટ્રી ફિલ્મ ‘ઝીરો ડ્રિમ્સ ઑફ સુશી’માં દેખાયા હતા.

ફિલ્મમાં એક્યાસી મિનિટ દરમિયાન, આપણને એ ખબર પડે છે કે સુશી માસ્ટર કેવી રીતે કામ કરે છે – જે ગનબાતેનું ઉત્તમ ઉદાહરણ છે. એમના પોતાના શબ્દોમાં :

"હું એક જ કામને વારંવાર કરું છું અને એમાં થોડા થોડા સુધારા કરતો જઉં છું. મારી અંદર હંમેશાં થોડું વધારે મેળવવાની ઇચ્છા હોય છે. હું સતત ચઢતો રહીશ, ટોચ પર પહોંચવાના પ્રયત્ન કરતો રહીશ, પરંતુ કોઈ નથી જાણતું કે શિખર ક્યાં છે."

ઉત્કૃષ્ટતા પ્રત્યેના આટલા આગ્રહનો અર્થ એ છે કે જો કોઈ રસોઈ સહાયક ઝીરો આનો સાથે કામ કરવાનું શરૂ કરે તો એ 10 વર્ષ સુધી રોજેરોજ સખત મહેનત કર્યાં પછી જ રસોઇયા તરીકેની ઓળખ મેળવી શકે છે.

સુશી શોકુનિન, માસ્ટર કલાકાર તરીકેના અંતહીન કાર્યથી આકર્ષાયેલા – ડોક્યુમેન્ટ્રીના નિર્દેશકે વ્યંજનના વૈશ્વિક પ્રતીક બની ચૂકેલા વ્યક્તિનું વર્ણન કંઈક આ રીતે કર્યું છે :

"ઝીરો કાઉન્ટરની પાછળ ઊભા રહીને, દરેક વસ્તુને ધ્યાનથી જુએ છે. કેટલાક ગ્રાહકો ડાબોડી હોય છે તો કેટલાક ગ્રાહકો જમણા હાથનો ઉપયોગ કરે છે. આના પરથી એ નક્કી કરવામાં સરળતા રહે છે કે એમને કાઉન્ટર પર ક્યાં બેસાડવામાં આવે. તેઓ સુશીનો સરસ ટુકડો પીરસતી વખતે એ ધ્યાન રાખે છે કે એને ખાઈ શકાય. તેઓ આ સમુદ્રી ટુકડાનો ઇતિહાસ જાણે છે. દાખલા તરીકે તે જાણે છે કે એમના સ્ટાફે હાલમાં જ એક ઑક્ટોપસની અડધો કલાક નહીં, પણ પૂરી પિસ્તાલિસ મિનિટ માલિશ કરી છે."

ગ્રાહકોએ એમના આ સમર્પણની કિંમત ચૂકવવી પડે છે; નક્કી થયેલા મેન્યૂની કિંમત આ લખાય છે તે દરમિયાન 40,000 યેન (એ વખત પ્રમાણે 375 યૂએસ ડૉલર) હતી અને એ સ્ટૂલનું બુકિંગ મળવું એ પોતાનામાં જ એક મોટી સફળતા માનવામાં આવે છે.

ઝીરો ઓનોએ ગનબાતેની ફિલસૂફી પોતાનાં બાળકોને પણ સોંપી છે, જેમાંથી એક છેલ્લાં 40 વર્ષથી એમની સાથે કામ કરે છે અને તે પોતાના કામને એટલું સંપૂર્ણ બનાવવા માગે છે કે એ મૃત્યુથી પર થઈ જાય.

કુશળ કારીગર સફળતા અને આત્મસંતોષ મેળવવાના રહસ્યને છતું કરતા કહે છે :

"તમે એકવાર પોતાનો વ્યવસાય નક્કી કરી લો... પછી તમારે પોતાની જાતને એ કામમાં ડુબાડી દેવી જોઈએ. તમારે તમારા કામને પ્રેમ કરવો પડશે. પોતાના કામની કદી ફરિયાદ ના કરો. કુશળતા મેળવવા માટે તમારે તમારું જીવન સમર્પિત કરવું પડશે. આ જ સફળતાનું રહસ્ય છે. આ જ સમ્માનિત થવાની ચાવી છે." (ડોક્યુમેન્ટ્રીમાંથી)

તમારા જુસ્સાને શોધો અને એને શ્રેષ્ઠતાના બધા સ્તરથી આગળ લઈ જાઓ. આ જ જાપાની માનસિકતાનો સિદ્ધાંત છે. જેમ ઇકિગાઈની ભાવના આપણને પરમાનંદ અને ઉદ્દેશ્ય સુધી લઈ જાય છે, ગનબાતેની ભાવના આપણા ઉદ્દેશ્યને જીવંત રાખે છે અને આપણે પોતાની કુશળતાને તાલીમ આપતા રહીને સુધારીએ છીએ. ગિંજા સ્ટેશન પર દસ લોકો બેસી શકે તેવી જગ્યાવાળી રેસ્ટોરન્ટમાં, વિશ્વપ્રસિદ્ધ સુશી માસ્ટર જીરો ઓનોએ પ્રધાનમંત્રી શિંજો એબ અને પ્રેસિડન્ટ બરાક ઓબામાને આવી સુશી પીરસી, જે એમણે પહેલાં કદી ખાધી નહોતી. જીરોની ઉંમર 90 વર્ષથી વધારે છે અને એમાં જરાય શંકા નથી કે એમની સુશી, વર્ષ 2014ની તુલનામાં હજી વધારે અદ્‌ભુત કલાકૃતિ બની ગઈ છે.

12

સંકટથી બહાર નીકળવા માટે

ગનબાતેનો અર્થ માત્ર એક શબ્દથી ઘણો વધારે છે. જાપાની ગનબાતેને સમાજ માટે એક લાગણી અને અસ્તિત્વના રૂપમાં જુએ છે. તેમાંય સંકટ સમયે તો આનું મહત્ત્વ હજી વધી જાય છે.

યુદ્ધ પછી, ખંડેર બનેલા જાપાને ગનબાતેની ભાવના સાથે પુનઃનિર્માણનાં પગલાં ભર્યાં. સરકાર, ઍસોસિયેશન અને ઘણી કંપનીઓ દ્વારા અપાતાં સૂત્રોમાં ગનબાતે શબ્દનો ઉપયોગ સામૂહિક પ્રોત્સાહન માટે થતો હતો. એનું પરિણામ એ આવ્યું કે 30 વર્ષ કરતાં પણ ઓછા સમયગાળામાં, દેશ વિશ્વની બીજી સૌથી મોટી અર્થવ્યવસ્થાના રૂપમાં સામે આવ્યો. તેણે આ સિલ્વર મેડલ પોઝિશન 1978માં પ્રાપ્ત કરી. આમ 80 અને 90ના દાયકામાં ઇલેક્ટ્રોનિક્સ અને ડિજિટલ ક્રાંતિનાં અનેક પાસાંઓનું નેતૃત્વ કર્યું.

વર્ષ 1995માં આવેલાં ભૂકંપે કોબેમાં તારાજી સર્જી, એ વખતે જાપાનમાં એક સૂત્ર લોકપ્રિય થયું, "કોબે ગનબારો." ગનબારો ગનબાતેનું જ ક્રિયારૂપ છે, જે એ વાતનો સંકેત આપે છે કે કોબેના રહેવાસીઓ એકલા નથી, તારાજી પછીના પુનર્વસનમાં બધા જાપાની ગનબાતેની ભાવના સાથે એમની સાથે છે. "ગનબારે કોબે"નો શાબ્દિક અર્થ ના કરીએ તો એનો સરળ ભાવ થાય છે કે, "અમે કોબેને અમારી

શુભેચ્છાઓ આપીએ છીએ, આપણે મળીને, સખત મહેનત કરીને આ સંકટમાંથી બહાર આવી જઈશું."

એ પછી 2011માં આવેલા તોહોકુ ભૂકંપ અને સુનામી તેમજ ફુકુશીમા પરમાણુ દુર્ઘટના પછી, રાષ્ટ્રીય સૂત્ર બન્યું, ગનબારૂ. ગનબારૂની આ લાગણીએ જાપાનના બધા નાગરિકોને અસરગ્રસ્ત નાગરિકોની મદદ માટે એક કર્યા.

આ પુસ્તક લખાય છે એ દરમિયાન, કોવિડ-19એ સમગ્ર વિશ્વને ઘોર સંકટમાં નાખી દીધું છે. જાપાનમાં, એકવાર ફરી અમે રોજે ટીવી અને સોશિયલ મીડિયામાં ગનબાતે શબ્દને જોઈ રહ્યા છીએ. પરંતુ આ વખતે આ ભાવના એકલા જાપાનમાં નહીં, પણ સમગ્ર વિશ્વમાં જોવા મળી રહી છે. અમે આને આ રૂપમાં જોઈએ છીએ.

તમને જ્યારે પણ એવું લાગે કે તમે પોતે કે તમારી કંપની અને સમાજ મુશ્કેલીમાં છે ત્યારે તમારી અંદર ગનબાતેની ભાવનાને વિકસિત કરો. આનાથી તમને ભવિષ્ય પર ધ્યાન કેન્દ્રિત કરવામાં મદદ મળશે. તમે સંકટથી આગળ વધીને, એ વાત પર વિશ્વાસ મૂકી શકશો કે રોજેરોજ ધીમે ધીમે, સતત એક-એક પગલું ભરવાથી સમાધાન મળી શકે છે અને એક સરસ દુનિયા બનાવવાની તક મળે છે.

ગનબાતેની ભાવનાને ક્યારેય રિટાયરમેન્ટ નથી હોતી. ઉંમર અને અનુભવની સાથે આવનાર સમજદારી અને કુશળતાનું જાપાનમાં બહુ મહત્ત્વ છે. તે પરંપરાગત કલાના રક્ષણ પર બહુ ધ્યાન આપે છે. અહીં એક વૃદ્ધ મહિલા સુંદર કોકેશી ઢીંગલી બનાવી રહ્યાં છે, જેના માટે તોહોકુ પ્રાંત પ્રખ્યાત છે.

13

કીબો હોપ

ગ્રીકની પૌરાણિક કથાઓમાં મને પંડોરા બૉક્સ વાર્તા બહુ ગમે છે.

પ્રોમેથ્યૂસે આગનું રહસ્ય માણસને સોંપી દીધું એટલે જ્યૂસને એના પર બહુ ગુસ્સો આવ્યો. તેણે આ વાતનો બદલો લેવાની યોજના બનાવી. જ્યૂસે પ્રોમેથ્યૂસના ભાઈ, એપીમેથ્યૂસની ઓળખાણ પંડોરા નામની યુવતી સાથે કરાવી. એમનાં લગ્ન થઈ ગયાં. જ્યૂસે લગ્નમાં ભેટ તરીકે એક ડબ્બો આપીને કહ્યું કે, "ડબ્બાને કદી ખોલવો નહીં." ખરેખર તો તે જાણતો હતો કે સ્ત્રીઓ સ્વભાવે જ જિજ્ઞાસુ હોય છે.

પંડોરા પોતાની જિજ્ઞાસાને રોકી ના શકી અને એણે આ ડબ્બો ખોલી નાંખ્યો.

એ ડબ્બામાંથી એવી અકલ્પનીય દુષ્ટતા બહાર આવી જેણે હંમેશાં માટે નશ્વર સંસાર પર હુમલો કરી દીધો. પંડોરા એને બંધ કરવા દોડી, પણ એણે જોયું કે ડબ્બામાં સૌથી નીચે, આશાની ભાવના એલિપસ રહી ગઈ હતી. તે આ ડબ્બામાં રહેલી એકમાત્ર સારી વસ્તુ હતી, જેને સૌથી છેલ્લે મૂકવામાં આવી હતી એટલે જ કહેવાય છે કે, "એક આશા હંમેશાં હોય છે."

આ ભાવના જાપાનીઓને ઇતિહાસના આરંભથી જ માર્ગદર્શન આપતી આવી છે. ટાપુ પરનાં મર્યાદિત કુદરતી સંસાધનો તેમજ ભૂકંપ અને સુનામી આવવાના સતત સંકટ વચ્ચે, ઘણીવાર એવું બન્યું છે કે

જાપાને તમામ અનિષ્ટ તત્ત્વોનો સામનો કરવો પડ્યો, પરંતુ એ લોકો એવાં ને એવાં જ રહ્યાં જાણે એમના પર કોઈ મુશ્કેલી આવી જ નથી અને ના તો એમણે કદી આશાનું કિરણ ગુમાવ્યું છે – આને જાપાનીમાં કીબો કહે છે.

ઇન્ટરનેશનલ સ્પેસ સ્ટેશનના જાપાની મોડ્યુલનું નામ પણ કીબો છે. જાપાન એરોસ્પેસ એક્સપ્લોરેશન એજન્સીએ આને અંતરીક્ષમાં પ્રયોગ કરવા માટે તૈયાર કર્યું હતું. તે છેલ્લાં 25 વર્ષોથી ભ્રમણકક્ષામાં છે અને વિજ્ઞાનને આશા આપીને માનવતાની પ્રગતિમાં મદદ કરી રહ્યું છે.

બહુ નાના રૂપમાં પણ આશાનો પ્રયોગ કરી શકાય છે. મારી પોતાની વાત કરું તો, હું જ્યારે વિનાકારણ હતાશ થઈ જઉં છું ત્યારે બગીચામાં જઈને તારાઓને જોવા લાગુ છું. હું એવી કલ્પના કરું છું કે અંતરીક્ષમાં ક્યાંક, કીબો મોડ્યુલ ધીમે ધીમે આપણા ગ્રહના આંટા મારી રહ્યું છે અને આ ગ્લોબમાં ફેલાયેલી બદીઓને સારી રીતે જાણે છે.

આપણે મનુષ્ય હંમેશાં નબળા હોઈએ છીએ, નિષ્ફળ હોઈએ છીએ, આપણે ભૂલો કરીએ છીએ અને અંતમાં આપણી સાથે ખરાબ થાય છે, પરંતુ આશાને આપણી પાસેથી કોઈ છીનવી શકતું નથી અને તે હંમેશાં માર્ગદર્શકની જેમ આપણી સાથે હોય છે. એ અત્યંત જરૂરી છે કે આપણે કદી એનો સાથ ના છોડીએ.

હું ઉદાસ હોઉં ત્યારે આકાશમાં રહેલા તારાઓને જોવા લાગું છું. તમે ડબ્બામાં રહેલી આશાને બહાર લાવવા માટે કયો રસ્તો અપનાવો છો?

14

એ માણસ જે છોડ વાવે છે

1953માં ફ્રેન્ચ લેખક જાં ગિઓનોએ એક લઘુકથા પ્રકાશિત કરી જેમાં ગનબાતેનો સાર આપવામાં આવ્યો હતો. ઘણા વાચકોનું માનવું છે કે એલજાર્ડ બુફિયર – ધ મેન હું પ્લાન્ટેડ ટ્રીઝનું મુખ્ય પાત્ર, ભરવાડ – એક સત્યઘટના હતી. જો કે લેખકે ચાર વર્ષ પછી, ડિગ્ને સિટી કાઉન્સિલને લખેલા પત્રમાં વાસ્તવિકતા જાહેર કરી.

કહેવાય છે કે, લાંબા સમય સુધી નિરંતર પ્રયત્ન કરવાથી કોઈ યૂટોપિયાને પણ હકીકતમાં ફેરવી શકાય છે. આ વાર્તા આપણને આવું જ શીખવાડે છે.

વાર્તાની શરૂઆત, 1910માં શરૂ થાય છે. એક યુવક નિર્જન જગ્યાએથી ભટકતાં ભટકતાં એક ઉજ્જડ અને વૃક્ષવિહીન ખીણમાંથી પસાર થયો જ્યાં જંગલી લવન્ડર સિવાય કશું થતું નહોતું. એક પ્રાચીન ગામના અવશેષોની વચ્ચે ફર્યા પછી, એ સૂકા નાલા પાસે પહોંચ્યો. ત્યાં જ એની મુલાકાત એક ભરવાડ સાથે થઈ, જે એને ફ્રેશ થવા માટે એક નાલા પર લઈ ગયો.

યુવકને એ જાણવું હતું કે આધેડ વ્યક્તિ આવી નિર્જન સૂનસાન જગ્યાએ એકલા કેમ રહે છે. એ ભરવાડે પોતાની વાર્તા સંભળાવી.

એ વિધુર થયો ત્યારે એણે નક્કી કર્યું કે સૂકી અને ઉજ્જડ ઘાટીઓને લીલાછમ જંગલમાં ફેરવી દેશે, પરંતુ એની પાસે પોતાના હાથ અને એક

કોદાળી સિવાય કશું જ નહોતું. એ પછી એણે જમીનમાં કાણાં કર્યાં અને એમાં પોતે ભેગાં કરીને રાખેલાં ચેસ્ટનટના બીજ નાંખતો ગયો.

એના કામથી પ્રભાવિત થઈને યાત્રીએ વિદાય લીધી અને ઘરે પાછો ફર્યો.

1920માં પહેલા વિશ્વયુદ્ધમાં ભાગ લીધા પછી યુવકે (જેને જાં ગિઓનો માનવામાં આવે છે) નક્કી કર્યું કે એ પેલી જગ્યાએ પાછો જશે જ્યાં પેલા ભરવાડ સાથે એનો સુખદ સંવાદ થયો હતો.

એને એ જોઈને બહુ નવાઈ લાગી કે એ માટીમાં ચારેતરફ ચેસ્ટનટના છોડ દેખાતા હતા, જે નાલાના પાણીથી ભેજ મેળવીને અંકુરિત થયા હતા. આ પરિવર્તન જોઈને એ દર વર્ષે પેલા ભરવાડને મળવા જવા લાગ્યો.

પેલાં ઘેટાંઓ માત્ર નાના છોડ જ ખાતાં હોવાથી હવે એણે ઘેટાંઓની સંભાળ રાખવાનું છોડી દીધું છે. હવે તે માત્ર મધપૂડાની જ રખેવાળી કરતો હતો.

40થી પણ વધારે વર્ષો સુધી પેલો ભરવાડ એ નિર્જન જમીનમાં રોજેરોજ એક-એક કરીને છોડ વાવતો ગયો અને એ સુંદર જંગલ જીવનથી ભરાઈ ગયું. જગ્યાની સુંદરતાથી ખેંચાઈને 10,000થી વધુ લોકો એ જગ્યાએ રહેવા આવ્યા. જો કે એ બધા ભરવાડના અથક અને ગુપ્ત પરિશ્રમથી અજાણ હતા. એના મિત્રએ અધિકારીઓને આ ચમત્કારનું રહસ્ય જણાવ્યું અને યેનકેન પ્રકારે એ જંગલને ઔપચારિક રીતે સંરક્ષિત કરવામાં સફળ રહ્યો.

આ વાર્તા 1945માં પૂરી થાય છે, જ્યારે સૂત્રધાર છેલ્લીવાર ભરવાડને મળવા ગયો ત્યારે એને ખબર પડી કે વૃક્ષોનો રખેવાળ ભરવાડ બે વર્ષ પહેલાં મૃત્યુ પામ્યો હતો. તેણે એ ખીણ અને પોતાના જીવનને એક નવો અર્થ આપ્યો હતો.

એક સુંદર ઉદાહરણ છે કે એક માણસ ગનબાતેના નિયમોને માનીને દુનિયા પર પોતાનો પ્રભાવ કેવી રીતે છોડી શકે છે.

15

તામા બિલાડી

મારી બિલાડીનું નામ તામા છે. મેં એનું નામ કોઈ ખાસ કારણોસર નથી રાખ્યું, પરંતુ જાપાનમાં બિલાડીનાં રાખવામાં આવતાં નામો પૈકી એક નામ છે. આ નામ યાદ રાખવું અને બોલવું સરળ છે.

મારા દેશમાં લાખો બિલાડા અને બિલાડીઓમાં એ સૌથી લોકપ્રિય બિલાડી હતી, જે વર્ષ 2007થી 2015માં એના મૃત્યુ સુધી, કિનોગાવામાં કિશી ટ્રેન સ્ટેશન પર સ્ટેશન માસ્ટર રહી.

આ બધાની શરૂઆત વર્ષ 2006માં ત્યારે થઈ જ્યારે વાકિયામા પ્રાંતથી કિશગાવા ટ્રેન એટલા ઓછા પેસેન્જરને લાવતી-લઈ જતી હતી કે એને ચાલુ રાખવાનું મુશ્કેલ થઈ રહ્યું હતું. રેલવે કંપનીએ નાણાકીય કારણોસર નક્કી કર્યું કે આ લાઇન અને એનાં બધાં સ્ટેશન બંધ કરી દેવામાં આવે.

જો કે આ શહેરોના નાગરિકોએ કંપનીના નિર્ણયને ના માન્યો અને સ્ટેશનોની નિઃશુલ્ક દેખરેખનો ભાર સંભાળી લીધો.

કિશી સ્ટેશન પર નાગરિકોએ તામા નામની બિલાડીને સ્ટેશન માસ્તર નિયુક્ત કરી.

રેલવે કંપની માની ગઈ અને બિલાડીના નામે કરાર પણ તૈયાર થયો, જેમાં બિલાડીએ પોતાના પંજાથી સિક્કો માર્યો. સ્ટેશનની ઝૂંપડીમાં રહેવા અને અધિકૃત ટોપી પહેરી રાખવાના બદલામાં, તામા બિલાડીને વળતરના

બદલે એનો ખોરાક આપવામાં આવતો. એના મદદનીશ તરીકે તમે અંદાજ લગાવ્યો તેમ – ચીબી અને મીકો નામની બે બિલાડીઓ હતી.

તામાને સ્ટેશન માસ્તર બનાવ્યા પછી એ લાઇન પર આવતા પ્રવાસીઓની સંખ્યામાં 10%નો વધારો થયો. જેનાથી કંપનીની આવક અને સ્થાનિક પ્રવાસન – બંનેને મદદ મળી. એ પછી બીજા અધિકારીઓએ એને પોતાની માનદ ચૅરમૅન તરીકે નિયુક્ત કરવાનું શરૂ કર્યું. થોડાં વર્ષો પછી એમણે એક સ્ટેશનનું નવીનીકરણ એ રીતે કર્યું જેમાં છત અને બારીઓ બિલાડીની આંખો જેવાં દેખાતાં હતાં.

જ્યારે 2015માં તામાનું મૃત્યુ થયું ત્યારે એના અંતિમ સંસ્કારમાં 3,000થી વધારે લોકો જોડાયા અને એમણે સ્ટેશનની પાસે જ એક શિંતો તીર્થ બનાવી દીધું, જેથી એને એક કામી(ઇષ્ટ)ના રૂપમાં પૂજી શકાય.

તામાના મૃત્યુ પછી, નવા સ્ટેશન માસ્ટર તરીકે બિલાડીઓ જ રહી – નિતામા, સુન-તામા અને 2020થી યોનતામા.

બિલાડીને સ્ટેશન માસ્ટર બનાવી તે પહેલા રેલવે કંપની આ સ્ટેશનને બંધ કરવા માગતી હતી, પરંતુ નાગરિકોને ગનબાતેની શક્તિમાં વિશ્વાસ હતો અને એમણે સામાન્યથી કંઈક અલગ વિચારીને ગનબાતે સમાધાન શોધી કાઢ્યું, જેણે સ્ટેશનને બંધ થવાથી બચાવી લીધું – એમણે એક માણસના બદલે બિલાડીને સ્ટેશન માસ્ટર બનાવી.

દરેકે જીવનમાં એવા સંજોગોનો સામનો કરવો પડે છે, જેમાં હેરાન થઈને આપણે હાર માનવા લાગીએ છીએ, કારણ કે આપણને લાગે છે કે હવે કોઈ ઉપાય નથી. તણાવને લીધે આવું જ થાય છે અને આપણે ઉકેલ શોધવાની રચનાત્મક યોગ્યતાને ભૂલી જઈએ છીએ.

કદી હાર ના માનશો – શક્ય છે કે થોડાક ગનબાતે અને કલ્પનાની સાથે કોઈ અદ્ભુત ઉકેલ આપણી સામે આવી જાય.

કિત્સુંગી – સોનાના તારથી જોડવું કે સોનાનું સમારકામ – આ કલામાં કોઈ તૂટેલા વાસણના એ ભાગોને ઉભારવા માટે રિપૅરિંગમાં સોના કે ચાંદીના ચૂર્ણનો ઉપયોગ કરવામાં આવે છે. એનો સરળ સંદેશ છે – જે તૂટી ગયું છે એનો અર્થ એ નથી કે એ હવે એમ જ રહેશે. એ વસ્તુને વધારે સાર્થક વસ્તુમાં બદલી શકાય છે અને એ અનેક રીતે પહેલાં કરતાં વધારે સારી થઈ જાય છે. આપણે બહુ જ સૂક્ષ્મતા અને સાવચેતીથી આનું રિપૅરિંગ કરવાનું હોય છે – આની સુંદરતા એમાં વપરાયેલી ધાતુને લીધે નહીં, પણ આપણા પરિશ્રમ અને કર્મઠતાને લીધે જ છે.

16

ગનબાતે અને વાબી સાબી

આ માન્યતા, જાપાની કળાની બહુ નજીક છે. 'અધૂરપની સુંદરતા' – સામાન્ય રીતે વાબી સાબીનો અનુવાદ આવો જ કરવામાં આવે છે – આ કોઈ સૌંદર્યબોધ આદર્શથી સાવ અલગ છે.

સંક્ષિપ્તમાં, વાબી સાબી પ્રકૃતિને કંઈક આ રીતે રજૂ કરે છે :

કશું જ સંપૂર્ણ નથી.
કશું જ પૂર્ણ નથી.
કશું જ હંમેશાં નથી રહેતું.

બીજો મુદ્દો ગનબાતેની ભાવનાની બહુ નજીક છે, જે વ્યક્તિ એવું વિચારે કે એનું કામ પૂરું થઈ ગયું છે (કોઈ કલાકૃતિ, બિઝનેસ કે એક માણસ તરીકે), તો એ આત્મસંતોષની સાથે સાથે આળસથી પીડાવા લાગે છે, જે ગનબાતેના નિયમથી એકદમ વિપરીત છે.

બુદ્ધે પોતાના જીવનના અંત સમયે કહ્યું, "હું હંમેશાં શરૂઆત કરું છું." અને આમ કહેવાનો અર્થ એ હતો કે શીખવાની અને સ્વયંને સંપૂર્ણ બનાવવાની ઇચ્છા કદી પૂર્ણ નથી થતી. ખરેખર તો ક્યારેય કશુંય સમાપ્ત નથી થતું, કારણ કે દરેક વસ્તુ પ્રકૃતિની જેમ નિરંતર એક પ્રવાહમાં છે અને એ જ આપણને સુધારણાનો મર્યાદિત વિસ્તાર આપે છે. એક એવી જગ્યા જેની સીમામાં રહીને આપણે આપણા પહાડ જેવાં કામ પૂર્ણ કરવાનાં છે.

જો કલાની વાત કરીએ તો એમાં પણ આવું જ છે. (લિયોનાર્દો ધ વિન્સી નામના માસ્ટરે પણ કહ્યું હતું કે, કોઈ પણ કલાકૃતિનું કામ ક્યારેય પૂર્ણ નથી થતું, આને માત્ર ત્યજી દેવામાં છે.) આવું વ્યક્તિના અંગત વિકાસ સાથે પણ થાય છે.

આ વિષય સાથે જર્મન લેખક બેટોલ બ્લસ્ટની એક લઘુકથા ખાસ્સી મળતી આવે છે. ધ સ્ટોરીઝ ઑફ મિ. ક્યૂનેર, જે આપણને કંઈક વિચારવા વિવશ કરે છે. આને ધ રિયુનિયન કહેવામાં આવે છે –

શ્રીમાન કે. ઘણા વખતથી એક વ્યક્તિને મળ્યા નહોતા.
મુલાકાતમાં એમણે એને શુભેચ્છા આપતાં કહ્યું :
“તમે તો જરાય બદલાયા નથી, સર!”
“ઓહ!” મિ. કે.એ કહ્યું અને એમના ચહેરાનો રંગ
પીળો પડી ગયો.

અહીં “ઓહ!”નો ભાવ ગનબાતેની ગેરહાજરીને લીધે થયેલી પીડાને દર્શાવે છે. એ જરાય નથી બદલાયાનો અર્થ થશે છે કે એમણે પ્રગતિ માટે કોઈ પ્રયત્ન નથી કર્યા. શક્ય છે કે એમના માટે આ વાક્ય બોલનાર વ્યક્તિ એમના બાહ્ય વ્યક્તિત્વની વાત કરતો હોય, પરંતુ શ્રીમાન કે. એવું સમજે છે કે તેઓ જીવનમાં ફસાઈ ગયા અને ગનબાતે વિના જ જીવી રહ્યા છે.

વાબી સાબી કહે છે કે, આપણે માણસો અધૂરા જ જન્મ્યા છીએ અને કદી પૂર્ણ નહીં થઈએ, કારણ કે જીવન અસ્થાયી છે, પરંતુ એ જ્યાં સુધી છે ત્યાં સુધી, આપણી પાસે એક ક્ષણથી બીજી ક્ષણ તરફ પ્રગતિ કરવાની તક છે, જેમ શેવાળમાં ઊગેલું કોઈ ફૂલ પોતાના રંગથી આખી દુનિયાને ચોંકાવી દે છે, પછી ભલેને એવું માત્ર એક દિવસ માટે જ કેમ ના હોય.

17

યાયોઇ કુસામા

જન્મ સમયે આપણું સૌભાગ્ય જ કેટલીક બાબતો નક્કી કરે છે : સ્થળ અને સમાજ – જેમાં આપણો જન્મ થયો, આપણું સ્વાસ્થ્ય અને જિનેટિક્સ તેમજ આપણો પરિવાર!

આમ પણ આપણને એવાં લોકોની વાતો આકર્ષિત નથી કરતી, જેમનો ઉછેર અનુકૂળ સંજોગોમાં થયો હોય અને જેમને બધી વસ્તુઓ બહુ સહેલાઈથી મળી ગઈ હોય. એનાથી ઊલટું આપણને એવા લોકોની જીવનીમાં વધારે રસ પડે છે જે બહુ ગરીબ પરિવારમાં જન્મ્યા હોય, પરંતુ પોતાના જીવન દ્વારા માનવજાતને એ બતાવવામાં સફળ રહ્યા હોય કે બધું જ શક્ય છે.

જ્યારે આપણે કોઈ નિષ્ફળતાનો સ્વાદ ચાખીએ છીએ ત્યારે બહાનાઓ માટે કોઈ અવકાશ જ નથી રહેતો.

આ એ જ લોકો હતા, જેમણે ગનબાતેને પોતાના જીવનનું કેન્દ્ર માન્યું.

યાયોઈ કુસામા મારા પ્રિય કલાકારો પૈકી એક છે. તેઓ માત્ર પોતાના સુંદર અને અનોખા કામ માટે જ જાણીતા નથી, પરંતુ એમની જીવનશૈલી પણ પ્રશંસનીય છે. તેઓ કલાને જીવનશૈલીના એક ભાગ તરીકે જુએ છે, જીવનની દરેક મુશ્કેલીમાંથી પલાયન થવાનો માર્ગ. તેણીએ પોતે સ્વીકાર્યું હતું કે :

"જો કલા ના હોત, તો મેં વર્ષો પહેલાં જ મારી જાતને મારી નાંખી હોત."

નાઓશીમા દરિયાકાંઠે યાયોઈ કુસામાનું મહાકાય કોળું

એમનો જન્મ 1922માં માત્સુમોતો (નગાનો)ના એક શ્રીમંત પરિવારમાં થયો હતો. એમના પરિવાર પાસે સંપત્તિ તો હતી, પણ પ્રેમનો અભાવ હતો. બાળપણથી જ તેને ચિત્રો દોરવામાં અને કવિતા લખવામાં બહુ રસ પડતો, પરંતુ એનાં મમ્મી એને પ્રોત્સાહન આપવાને બદલે માનસિક અને શારીરિક ત્રાસ આપતાં હતાં. પિતા લગ્નેતર સંબંધોમાં એટલા વ્યસ્ત હતા કે એમની પાસે પરિવાર માટે સમય જ નહોતો અને મા-દીકરીને આ સંબંધોની ખબર હતી.

એ 10 વર્ષની થઈ ત્યારે એને એવો આભાસ થવા લાગ્યો, જેમાં તેને આખી દુનિયા રંગીન ગોળા જેવી અને ફૂલોથી સજાયેલી દેખાતી. આ સ્કીઝોફ્રેનિયાની શરૂઆત હતી, આ બીમારી આજીવન એમની સાથે રહી. તેણીએ બીમારીનાં શરૂઆતનાં વર્ષો સેનાના એક કારખાનામાં કામ કર્યું. આ કારખાનામાં તે જાપાની સૈનિકો માટે પેરાશૂટ સીવતા હતા.

યુદ્ધ પૂરું થયા પછી, તેણે પોતાની પીડાને અત્યંત સર્જનાત્મક રીતે અભિવ્યક્ત કરવાનું નક્કી કર્યું અને માત્ર 21 વર્ષની ઉંમરે, માત્સુમોતો

અને ટોકિયોની આર્ટગૅલેરીમાં એમના એબસ્ટ્રેક્ટ પેઇન્ટિંગનાં અનેક પ્રદર્શનો થયાં. તે કેનવાસ, દીવાલ, જમીન અને ઘરગથ્થુ સામાન... લગભગ દરેક જગ્યાએ અને વસ્તુઓ પર પેઇન્ટિંગ કરતાં – એમના માટે કોઈ પણ વસ્તુ પિક્ચર ફ્રેમ બની શકતી હતી.

તે દરેક આર્ટવર્કમાં વિવિધ રંગ અને આકારના પોલ્કા ડૉટ્સનું પુનરાવર્તન કરતાં હતાં. જ્યારે વિવેચકોએ તેમને આ વિશે પૂછ્યું તો તેમણે પોલ્કા ડૉટ્સને ડૉટ કે ગોળના રૂપમાં વ્યાખ્યાયિત કરવાને બદલે અનંત નેટવર્કનું નામ આપી દીધું. યાયોઈ કુસામા કહે છે કે, તે ચિત્તભ્રમ થાય ત્યારે વાસ્તવિકતા જુએ છે.

એમણે માનસિક ચિત્ર તૈયાર કર્યું કે તે ફૂલોના વૉલપેપરથી સજાવેલા રૂમમાં હતા. નીચે વળીને જોયું તો રૂમની બધી વસ્તુઓ, તેના હાથ અને પગ એ જ ડિઝાઇનથી ઢંકાયેલા હતા. તેની પોતાની ઓળખ પણ પુનરાવર્તન અને અનંતની પેટર્નથી ઢંકાઈ ગઈ હતી.[1]

27 વર્ષનાં થયાં પછી તે અમેરિકા આવી ગયાં અને અમેરિકન કલાકારો પાસેથી ઘણું શીખ્યાં. થોડા જ વખતમાં તે આંતરરાષ્ટ્રીય સ્તરે લોકપ્રિય થઈ ગયાં અને 1969માં એમણે ન્યૂ યૉર્કના મૉડર્ન આર્ટ સંગ્રહાલયમાં એક શો કર્યો. જો કે વર્ષ 1977 સુધીમાં તો એમની તબિયત બહુ જ ખરાબ રહેવા લાગી, તેથી ટોક્યોમાં શિનજકુ શહેરમાં આવેલી માનસિક રોગની હૉસ્પિટલમાં સારવાર લેવા માટે એમણે જાપાન જવાનો નિર્ણય કર્યો. ત્યારથી એ ત્યાં જ રહે છે અને રોજ કંઈક નવું કલાત્મક બનાવે છે. આજે 91 વર્ષની ઉંમર છતાં તેઓ એક પણ દિવસ આરામ કર્યાં વિના પોતાના સ્ટુડિયોમાં કામ કરે છે. આ સ્ટુડિયો તેમણે હૉસ્પિટલની નજીક જ બનાવ્યો છે. હૉસ્પિટલમાં ભરતી થયાં ત્યારથી એ ત્યાં જ રહે છે.

મને હજી પણ યાદ છે, જ્યારે મને પહેલીવાર એમની કળા જોવાની તક મળી હતી – તે નાઓશીમા ટાપુની વાત છે. સાંજના સમયે હું દરિયાકાંઠે આંટા મારતો હતો કે અચાનક કાળી ધારીઓવાળું મોટું અને પીળા કલરનું કોળું દેખાયું – એક એવી આકૃતિ જેણે મને આશ્ચર્યચકિત કરી દીધો. આવી અદ્ભુત કલાકૃતિ બનાવનારા કલાકાર વિશે જાણવા હું ઉત્સુક હતો.

એ પછી હું માત્સુમોતો નગર સંગ્રહાલયમાં ચાલતા સ્થાયી પ્રદર્શનમાં ગયો, જેના પ્રવેશદ્વાર પર જ એમણે બનાવેલા મહાકાય ફૂલ સજાવેલા છે. મેં કારૂઈજામા આધુનિક કલા સંગ્રહાલય અને નેશનલ આર્ટ સેન્ટર, ટોક્યોના પ્રદર્શનમાં પણ યાદગાર સમય વિતાવ્યો, જેમાં અન્ય કલાકારોની કૃતિઓની સાથે એમની કૃતિઓને પણ કાયમી સ્થાન આપવામાં આવ્યું છે.

મને આ કલાકારના શબ્દોમાંથી બહુ પ્રેરણા મળે છે, જેમના માટે જીવન ક્યારેય સરળ હતું જ નહીં. હું છેલ્લીવાર 2018માં ટોક્યોના શિનઝુકુ વૉર્ડમાં ચાલતા પ્રદર્શનમાં એમની રંગબેરંગી પોલ્કા ડૉટ્સ અને ફૂલોની દુનિયામાં ગયો હતો. એ જગ્યાને આ કલાકારના નામ પરથી યાયોઈ કુસામા મ્યુઝિયમ નામ આપવામાં આવ્યું છે.

મ્યુઝિયમમાંથી બહાર આવીને હું એ માનસિક રોગ વિશે વિચારવા લાગ્યો, જેની સામે એ રોજે ઝઝૂમ્યાં હશે, એવો પરિવાર જેણે બાળપણથી જ એમની સાથે દુર્વ્યવહાર કર્યો અને એ એકલતા જે એમણે યુદ્ધકાળ દરમિયાન અનુભવી હશે. આ બધા જ અવરોધો છતાં, ગનબાતેનો આભાર, કે એમણે જીવનમાં કદી હાર ના માની અને એક એવી દુનિયાનું સર્જન કર્યું જેની કદી કોઈ કલ્પના પણ નહોતું કરી શકતું. એમણે એક નવી જાપાની શૈલીને જન્મ આપ્યો

અને યાયોઈ કુસામા આંતરરાષ્ટ્રીય કલાત્મક સમુદાય માટે ઉદાહરણ બની ગયાં છે.

યાયોઈ કુસામાની વાત આપણને સમજાવે છે કે કેવી રીતે જીવનના અવરોધો પણ અવસર બની જાય છે. આ વાર્તા એવું પણ કહે છે કે ભલે આપણે બીજાની સરખામણીએ પોતાની જાતને ગમે તેટલા કદરૂપા અને અધૂરા માનતા હોઈએ, આપણી એ જ અધૂરપ અને કદરૂપાપણું આપણને બીજાથી અલગ અને અનોખા બનાવી શકે છે.

1. (Bayly, Zac (2012), "Yayoi Kusama," Zac-Attack (interview), retrieved Sep 21, 2012) Source: https://ajoann.com/2018/08/27/reflecting-on-yayoi-kus-mas-infinity-mirrors-at-cleveland-museum-of-art

18

મનેકી નેકોના જોડિયા કાયદા

નસીબદાર બિલાડીની અથાક પ્રવૃત્તિઓ ગનબાતેનું લોકપ્રિય પ્રતીક છે. જ્યારે એ પોતાનો ડાબો પંજો ઊંચો કરે છે, ત્યારે એ ગ્રાહકોને બિઝનેસમાં જોડાવાનું આમંત્રણ આપે છે. જો તે પોતાનો જમણો પંજો હલાવે, તો એ ધન અને સૌભાગ્યને આકર્ષિત કરી રહી છે. તે પોતાના ગળામાં ઘંટડી પહેરે છે, જેથી દુષ્ટ આત્માઓને દૂર ભગાડી શકાય.

જાપાનીમાં નેકોના અર્થ થાય છે બિલાડી અને મનેકી એટલે "કોઈને આમંત્રણ આપવું." આમ મનેકી નેકોનો અર્થ થાય છે, "બિલાડી લોકોને અંદર આવવાનું આમંત્રણ આપી રહી છે."

આ આકૃતિના મૂળને, ઈદો યુગ (1603-1868)ના એક પ્રસંગ સાથે જોડવામાં આવે છે. જેવી મારી પાસે છે એવી તામા નામની એક બિલાડી – હંમેશાં ટોક્યોના પશ્ચિમમાં આવેલા એક મંદિરના પરિસરમાં, એક મોટા ઝાડ તરફ મોં કરીને બેસી રહે છે.

એક તોફાની દિવસે, એક પ્રવાસીએ ઝાડ નીચે આશરો લીધો. તામા પરિસરમાંથી હાથ હલાવી-હલાવીને પ્રવાસીને સાવધાન કરતી રહી. બિલાડીના આવા વિચિત્ર સંકેતોથી ચકરાવે ચડેલો આ યાત્રી ઝાડ નીચેથી ખસીને એની પાસે આવી ગયો અને બરાબર એ જ વખતે ઝાડ પર વીજળી પડી અને ઝાડ સહિત આસપાસની બધી જ વસ્તુઓ બળીને રાખ થઈ ગઈ.

પ્રવાસીએ જીવ બચાવનાર બિલાડીનો આભાર માન્યો. એણે નક્કી કર્યું કે હવે તે પોતાનું બાકીનું જીવન આ મંદિરનો સંરક્ષક બની રહેશે.

મનેકી નેકોના શરૂઆત સાથે એક કથા જોડાયેલી છે. ઇમાદા નામની મહિલા એટલી ગરીબ હતી કે એણે પોતાનું પેટ ભરવા માટે પોતાની બિલાડીને વેચવી પડી.

એક રાતે, એ બિલાડી પેલી સ્ત્રીના સપનામાં આવી અને કહ્યું કે, તે એની માટીની મૂર્તિ બનાવે, આ મૂર્તિ એના સૌભાગ્યને આકર્ષિત કરશે, જે એ સ્ત્રીના જીવનમાં હતું જ નહીં. એ ગરીબ સ્ત્રીએ સપનામાં જોયેલી વાતને અમલમાં મૂકીને એક મૂર્તિ બનાવી, જેનો એક પંજો ઊંચો હતો. જેને જોઈને એક વટેમાર્ગુએ એને ખરીદવાની ઇચ્છા કરી ત્યારે એ સ્ત્રીને વિશ્વાસ થયો કે સપનામાં થયેલી ભવિષ્યવાણી ખોટી નહોતી.

એ દિવસથી, ઇમાદા મનેકી નેકોની મૂર્તિઓ બનાવવા લાગી અને એ દિવસ પછી એ કદી ભૂખ્યા પેટે ઊંઘી નહોતી.

બીજો પ્રસંગ, પહેલા પ્રસંગની સરખામણીએ ઓછો કાવ્યાત્મક છે, પરંતુ કોઈ પણ સંજોગોમાં મનેકી નેકો આકર્ષણના આધુનિક નિયમનું મૂર્તિમાન રૂપ છે.

ઘણા લોકો પોતાના જીવનમાં મનગમતું એટલે નથી લઈ શકતા, કારણ કે એમને એવું લાગે છે કે તેઓ એને માંગવાનો અધિકાર પણ નથી ધરાવતા, જ્યારે એ બિલાડી સુસ્પષ્ટ રીતે ધન અને આગંતુકોને આમંત્રણ આપે છે.

નિષ્ણાતોના અનુસાર, આકર્ષણના નિયમનો મૂળ સ્રોત, ધ કિબલિયોનના સાત નિયમોમાંથી એકમાં મળે છે, જેને રહસ્યમયી હર્મિસ ત્રિસમૈગિસતુસે બનાવ્યા હતા. મન સાથે જોડાયેલો આ નિયમ કહે છે કે આ બ્રહ્માંડમાં દરેક વસ્તુ માનસિક રચના છે અને આ રીતે માણસ પોતાના વિચારો દ્વારા પોતાની વાસ્તવિકતાની રચના સ્વયં કરી શકે છે.

આકર્ષણના નિયમોને લાગુ કરવા માટે આધુનિક ગુરુઓએ નીચેનાં ચાર પગલાંઓની ભલામણ કરી છે :

1. પહેલાં એ નક્કી કરો કે તમે શું ઇચ્છો છો અને પછી બ્રહ્માંડ પાસે એને માગો.
2. ઉત્સાહ અને આભારની ભાવના દ્વારા પોતાની ઇચ્છાઓ પર ધ્યાન કેન્દ્રિત કરો.
3. એ રીતે વર્તો જાણે તમારે જે જોઈએ છે, તે તમને પહેલાં જ મળી ગયું છે.
4. એનો મોટા મને સ્વીકાર કરો.

ખરેખર તો આ ચોથી ભલામણ સૌથી વધારે અગત્યની છે. ઘણા લોકો પોતાનું જીવન આ વસ્તુઓ (પ્રેમ, ધન, સફળતા...) વિના જ જીવી નાંખે છે, કારણ કે તેઓ આને મુક્ત મને સ્વીકારવા તૈયાર નથી હોતા. તેઓ દિલથી એવું માને છે કે તેમને જે જોઈએ છે, એને મેળવવાના અધિકારી નથી.

મનેકી નેકી આપણને જણાવે છે કે તમે જે ઇચ્છો છો, તેને વારંવાર માગવું સમ્માનજનક છે. જેમ કે મેથ્યૂના સૂ-સમાચારમાં પણ એવું જ કહેવાયુ છે : “માંગો અને તમને આપવામાં આવશે; શોધો અને તમે મેળવી લેશો; ખટખટાવશો અને તમારા માટે દ્વાર ખૂલી જશે.”

આમ, મનેકી નેકીનો પહેલો નિયમ એ જ છે કે તમે મેળવવા માટે મુક્ત રહો.

બીજો નિયમ છે, કામને સતત કરો — ગનબાતે.

જેવું એક અરબી કહેવતમાં કહેવાયું છે કે : “જે સતત આવાહ્ન કરે છે, અંતમાં એને મેળવી લે છે.”

મનેકી નેકો સૌભાગ્યનું એક લોકપ્રિય જાપાની પ્રતીક છે. આ મૂર્તિને 'લકી કેટ' નામ આપવામાં આવ્યું છે. તે સંકેત કરતી બિલાડીની મૂર્તિ હોય છે. તેનો ઊંચો કરેલો જમણો પંજો સંપન્નતા અને સૌભાગ્યને આમંત્રિત કરે છે અને ઊંચકાયેલો ડાબો પંજો બિઝનેસમાં ગ્રાહકોને બોલાવીને, સંપત્તિમાં વધારો કરે છે. આ બિલાડીની ચાવી એ જ છે કે એને ખબર છે કે એ શું ઇચ્છે છે અને એની માગણી કરતાં ડરતી નથી. પહેલાં તો એ ખબર હોવી જોઈએ કે આપણે શું મેળવવા માગીએ છીએ. એ પછી આપણે ભરપૂર આત્મવિશ્વાસ સાથે એ તરફ વધવું જોઈએ, જે મેળવવા યોગ્ય છે – આપણને એનો અહેસાસ હોવો જોઈએ કે આપણે એને પામીને જ રહીશું – જો આપણે પડકારોનો સામનો કરતાં રહીને પોતાના લક્ષ્ય સુધી પહોંચવા માટે કામ કરતા રહીશું. આ વિશ્વાસ ગનબાતેની ભાવનાનો અંશ છે.

19

સૌથી મહત્ત્વપૂર્ણ તાકાત

આપણે જ્યારે કોઈ મૂર્તિકાર, પિયાનોવાદક, કવિ કે કલાકાર પ્રત્યે સમર્પિત અન્ય કોઈ વ્યક્તિ વિશે વિચારીએ ત્યારે આપણને એવી કોઈ વ્યક્તિ પણ યાદ આવી જાય છે, જે એમનામાંથી પ્રેરણા લેતા હોય. પિકાસોએ કહ્યું છે, “પ્રેરણાનું અસ્તિત્વ છે, પણ એ તમારે કામમાં શોધવી પડશે.”

ગનબાતેની ગેરહાજરીમાં કોઈ પણ યોજના, માત્ર વિચારો અને સારાં સૂચનોથી વિશેષ નથી હોતી. ગનબાતે જ એ ઈંધણ છે જે પ્રતિભાનું પોષણ કરે છે અને તેને લોકો સામે આવવામાં મદદ કરે છે.

મને યાદ છે, જ્યારે મેં પહેલીવાર પુસ્તક લખવાનું નક્કી કર્યું હતું. આ મારી અંગત યોજના હતી અને એટલે જ એ પૂર્ણ થાય એ મારા માટે બહુ જરૂરી હતું. તેમ છતાં એ વખતે હું પુસ્તક પ્રકાશિત નહોતો કરવા માગતો, પરંતુ મારા એ બધા પ્રયત્નોનો આભાર – જેના દ્વારા હું મારી જાતને બતાવી શક્યો કે હું પણ એક સાહિત્યિક યોજના પૂર્ણ કરી શકું છું – એ જ પુસ્તક હાલ તમારા હાથમાં છે.

મેં આને હાથથી લખવાનો નિર્ણય કર્યો. ફાઉન્ટેન પેન, જાડી નોટબુક અને લખવા માટેનું ટાઇમટેબલ તૈયાર કર્યું. એ વખતે હું સવાર-સાંજ ક્લાસ લેતો હતો, તેથી મેં નક્કી કર્યું કે હું રોજ અઢીથી સાડા ચાર વાગ્યા સુધીનો બધો સમય આ કામ માટે જ ફાળવીશ.

એ વખતે હું મારા કીચનના ટેબલ પર લખવા બેસતો. મારી સામે વરાળ નીકળતી ગરમાગરમ ચા ભરેલી કીટલી મૂકેલી રહેતી. ભલેને લખવાનું મન હોય કે ના હોય, હું ચોક્કસ લખતો, કારણ કે સૌથી વધારે પાનાંનું પુસ્તક લખવું એ કોઈ મેરેથોનથી ઓછું કામ નથી. એ મારી સહનશક્તિની પરીક્ષા હતી. તમે કોઈ રસ્તા પર કેટલા જલદી નીકળી પડો છો એના કરતાં તમે છેલ્લે સુધી હાર નથી માનતા એ વધારે અગત્યની વાત છે.

ઘણીવાર, સતત બે કલાક સુધી કીચન ટેબલ પર બેસવાના કારણે મારું શરીર જકડાઈ જતું. એવું લાગતું કે બહાર કેટલું સરસ વાતાવરણ હશે, હું ફરવા જઈ શક્યો હોત કે પછી મિત્રો સાથે કોઈ કાફેમાં બેસીને ગપ્પાં મારી શક્યો હોત. એમ લાગતું જાણે મારી ઊંઘ પૂરી નથી થઈ, એક ઝપકી લેવાનું મન થતું હતું. આનાથી કોઈ ફેર પડતો નહોતો.

હું આવાં બધાં પ્રલોભનોથી દૂર રહેવામાં સફળ રહ્યો; લખવાના સમયે હું ખુરશી પરથી ઊભો પણ નહોતો થતો. કહેવાય છે કે કોઈ પણ લેખકે ખુરશીની પીઠને અડેલા રહેવાનો વ્યાયામ ચોક્કસ કરવો જોઈએ.

શરૂઆતમાં તો મોટાભાગે કશું થતું નથી, જ્યારે હું તાજી બનેલી ચાનો કપ હોઠે લગાવતો ત્યારે નોટનાં કોરાં પાનાંઓને જોયા પછી મારી નજર બારી તરફ જતી, હું ત્યાંથી પસાર થતાં વાદળોને જોતો. જો કે મેં એ જગ્યાએથી બે કલાક નહીં ખસવાનો સંકલ્પ કર્યો હતો, એટલે ફરીવાર નોટબુકમાં ધ્યાન આપવા લાગતો.

હાથમાં ફાઉન્ટન પેન પકડીને ગઈકાલે લખેલું ફરી વાંચતો અને પછી થોડી આળસ સાથે આજના દિવસની પહેલી પંક્તિ લખતો. શરૂઆતમાં તો મને જરાય વિશ્વાસ નહોતો થતો. મારું શરીર એ

જગ્યાએથી ઊભા થઈ જવા માટે વ્યાકુળ થઈ જતું અને ઘણીવાર તો આંતરિક સંઘર્ષની આ સ્થિતિ અડધો કલાક કે એના કરતાં વધારે સમય રહેતી. જો કે એકવાર કંઈક અદ્ભુત બન્યું.

જેમ બુદ્ધ વૃક્ષ નીચે ધ્યાન ધરતા હતા અને અચાનક એ ક્ષણ આવી ગઈ એવી જ રીતે મારા જીવનમાં પણ એ ક્ષણ આવી, જ્યારે હું લેખનકાર્યમાં ડૂબી ગયો. મને એ વાતનો ખ્યાલ પણ નહોતો, હું બધું એવી રીતે કરતો હતો જાણે કોઈ સપનામાં થતું હોય.

આવું ચક્ર શરૂ થયું પછી તો શબ્દ અને વાક્ય જાતે જ સામે આવવા લાગ્યાં. હું તો જાણે માત્ર લખવાનું માધ્યમ જ હતો. હવે હું લખતી વખતે રસોડામાં નહીં, પણ એ સ્થળે પહોંચી જતો જેના વિશે હું લખતો હતો. જાણે સમય પણ થંભી જતો. જો છ વાગ્યાના ક્લાસ માટે ઍલાર્મ ના વાગે તો મને ખબર જ ના પડત કે હું નક્કી કરેલા સમય કરતાં એક કલાક વધારે લખી ચૂક્યો હતો.

આ બધું અચાનક એક ઝાટકે થતું અને મારી નોટબુકમાં લખાયેલાં પાનાંઓ સામે આવી જતાં. મને ગર્વ અને ખુશીની લાગણી થતી અને હું વધુ લખવા માટે ઉત્સુક બની જતો.

આજે હું કહી શકું છું કે ગનબાતેએ જ મને લેખક બનાવ્યો છે.

20

લેખકો માટે દસ ગનબાતે નિયમ

1. કાન ખુલ્લા રાખો

આ સંસારમાં એવી કેટલીય વાર્તાઓ છે, જે લોકો સુધી પહોંચવા આતુર છે. તેથી ધ્યાનથી જુઓ કે તમારી આસપાસ શું બની રહ્યું છે. લોકો તમને શું કહે છે, તમે કેવાં સપનાંઓ જોયાં અને કેવા અનુભવો થયા, આ બધા માટે તમારી લેખક તરીકેની આંખોને સજ્જ કરો.

2. તમારા વિચારો ક્યાંક લખવાનું રાખો

જો તમે તમારા વિચારોને ક્યાંય લખી ના રાખ્યા તો તમે એને ગુમાવી દેશો. તમારા મનમાં જે પણ આવે એને ડાયરી કે ફાઇલમાં લખી લો, જેથી તમે ઇચ્છો ત્યારે એને જોઈ શકો. જ્યારે તમને લાગે કે હવે તમારી પાસે પૂરતી સામગ્રી છે ત્યારે બધી બાબતોને ક્રમબદ્ધ રીતે આકાર આપો અને તમારા આગામી પુસ્તકની રૂપરેખા તમારી સમક્ષ હશે.

3. પુસ્તક પ્રકાશિત થઈ ગયું હોય તેવી કલ્પના કરો

તમારી જાતને પ્રોત્સાહિત કરવા માટે એવી કલ્પના કરો કે તમારું પુસ્તક, આકર્ષક કવર અને પ્રકાશકના ઇમ્પ્રિન્ટ સાથે છપાઈને પુસ્તકની દુકાનમાં આવી ગયું છે. તમે લખવાનું શરૂ કરો ત્યારથી જ એ રીતે લખો જાણે એ જ અસલી પુસ્તક હોય, જેની તમે સંગ્રહ માટે રાહ જોઈ રહ્યા છો.

4. પોતાના માટે અઠવાડિયાના લક્ષ્ય નક્કી કરો

રોજનું એક પાનું, અઠવાડિયે એક પ્રકરણ – તમે તમારી જાતને જે વાયદો કરો તેમાં મક્કમ રહો અને એ સમયસર પૂર્ણ થવો જોઈએ. જો તમે કામ પૂર્ણ કરવાનો સમય નક્કી નહીં કરો તો તમારી યોજનામાં પણ કોઈ શક્તિ નહીં હોય.

5. પોતાના માટે સાક્ષી શોધો

એક કે બે વાચકો તમારા લખાણની પ્રગતિને ચકાસી શકે છે અને એની સાથે સાથે પોતાની જાતને કરેલો વાયદો પણ યાદ અપાવ્યા કરો. તમે ઇચ્છો તો એમની પાસેથી તમારા લખાણ અંગે ફીડબેક લઈ શકો છો કે એમાં શું સારું છે અને તમે એને કેવી રીતે સુધારી શકશો.

6. સ્વયંને શિસ્તબદ્ધ કરો

પ્રચારક અને લેખક ગૈબરિયાલ ગ્રેશિયા ડિ ઓરોનું કહેવું છે કે એક લેખકે એકદમ શિસ્તબદ્ધ હોવું જોઈએ. તમારે લખવા માટે દિનચર્યાને નિયમિત કરવી જોઈએ. ભલેને તમારી બીજું કોઈ કામ કરવાની ગમે તેટલી ઇચ્છા કેમ ના થતી હોય તમારે ખુરશી પરથી ઊભા થયા વિના એના પર ટકી રહેવાનું છે.

7. પુનઃ સુધારણાને બદલે આગળ વધો

પોતાના પહેલા ડ્રાફ્ટમાં વધારે સંશોધન કરવાને બદલે આગળ વધો. તેમાં રોજ એક કરતાં વધારે સુધારાઓ ના કરશો. આજે તમે, કાલે લખેલું વાંચી શકો છો અને આવતી કાલમાં આગળ વધતા પહેલાં, આજના લેખને જોઈ શકો છો, પરંતુ આનાથી વધારે પાછા ના જશો. અંત સુધી આગળ ચાલતા રહો, તમને તમારું લખેલું અધૂરું લાગે તો

પણ આગળ વધો. તમે લખવાનું કામ પૂરું કરશો પછી તમારી પાસે એને અંતિમ રૂપ આપવાનો પૂરતો સમય હશે.

8. તમારા માટે સારો કૉપી એડિટર શોધો

જ્યારે તમે અંતિમ સમીક્ષા કરી લો, તમને લાગે કે તમારા તરફથી કામ પૂર્ણ થઈ ગયું છે, એ પછી કોઈ વ્યાવસાયિક એડિટરની મદદ લો. તે તમને લખાણમાં સુધારાઓ અને પ્રકરણમાં રિસર્ચનાં સૂચનો આપશે. આ જ એક અપરિપક્વ પુસ્તક અને પ્રકાશન યોગ્ય પુસ્તક વચ્ચેનું અંતર છે.

9. બધા રસ્તાઓનો અભ્યાસ કરો

હવે તમારે તમારું પુસ્તક સ્પર્ધાઓ, સાહિત્યિક એજન્સીઓ, પ્રકાશકોને (તમે એમને પુસ્તકનો સાર, ઇ-મેઈલ કરીને પૂછો કે તેઓ આ પુસ્તક પ્રકાશિત કરવા માગે છે કે નહીં.) મોકલવાનું છે અથવા તો તમે સાહિત્યિક જગત સાથે જોડાયેલા લોકોને પણ પોતાનું પુસ્તક મોકલી શકો છો.

10. પોતાની યોજના સંસાર સમક્ષ લાવો

જો તમને પ્રકાશક ના મળે તો હતાશ ના થશો. તમારા પુસ્તકને બંધ કરીને મૂકી ના દેશો – જાતે જ પોતાના સંપાદક બનો. એમેઝોન જેવા મંચ પર તમે તમારા પુસ્તકને નિઃશુલ્ક પ્રકાશિત કરી શકો છો અને આગળ જતાં એમાંથી પૈસા પણ કમાઈ શકાય છે.

નોટ : એવા ઘણા બેસ્ટ સેલર્સ છે, જે પહેલાં આ રીતે પ્રકાશિત થયાં હતાં અથવા લેખકના વેબ પેજ કે બ્લોગ પર આવ્યા પછી અનેક વાચકોએ એની પ્રશંસા કરી, પછી એમને જાણીતા પ્રકાશનગૃહોએ પ્રકાશિત કર્યાં.

21

શૂહારી : તાકુમીની આવડત

શૂહારી, એક એવો શબ્દ છે જેનાં મૂળ માર્શલ આર્ટ, નોહ થિયેટર, ટી સેરેમની અને કલા સાથે સંકળાયેલાં છે. ખરેખર તો આ એક શબ્દ કરતાં ઘણો વધારે છે. આ એક પૂર્ણ ફિલૉસૉફી છે – જે ત્રણ અક્ષરોમાં સમાયેલી છે, જે આપણને શીખવામાં, વિચાર ઉત્પન્ન કરવામાં અને પોતાની રચનાત્મકતાને સક્રિય કરવાની પ્રક્રિયામાં માર્ગદર્શન કરે છે. આ જીવનના કોઈ પણ ક્ષેત્રમાં સફળતા મેળવવાનું શક્તિશાળી સાધન બની શકે છે.

શૂહારીનું વર્ણન કરવા માટે હું શૂ-હા-રી અક્ષરોને એક વર્તુળમાં બતાવવા માગું છું. આ ગોળાકાર કૃતિ આપણને સમજાવે છે કે આપણે 'શૂ'થી શરૂઆત કરવી પડશે અને આપણે 'હા' સુધી ત્યારે જ પહોંચીશું જ્યારે આપણે સૌથી અંદરના વર્તુળને પૂરું કરી લીધું હશે. આ જ વાત બહારના વર્તુળ પર લાગુ થાય છે. – આપણે 'રી' સુધી પહોંચતા પહેલા અંદરનાં વર્તુળોને પૂરાં કરી લેવાં જોઈએ. આ શિસ્તના સાચા માસ્ટર એ જ છે જે રી મંડળમાં છે અને નિરંતર બધું મેળવી રહ્યા છે, જે અંદરનાં વર્તુળોમાં છે.

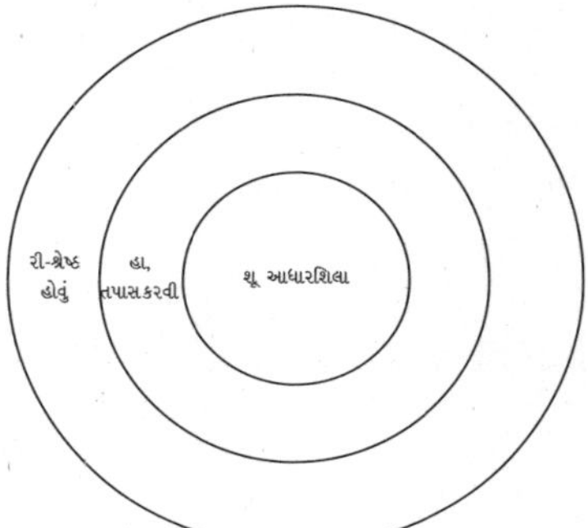

- શૂ વર્તુળ : આનો શાબ્દિક અર્થ છે રક્ષા કરવી કે આજ્ઞા માનવી. આ સંદર્ભમાં, એ આપણને એમ કહેવાનો પ્રયાસ કરે છે કે સૌથી પહેલી અને મહત્ત્વપૂર્ણ બાબત એ જ છે કે આપણે એ શીખીએ જે પરંપરાગત હોય, એટલે કે કોઈ પણ શિસ્ત કે કળાની આધારશિલા.
- હા વર્તુળ : આનો શાબ્દિક અર્થ થાય છે, “કોઈ વસ્તુની શોધ કે તપાસ કરવી.” અહીંયાં આપણને એવું કહેવામાં આવે છે કે તમે એકવાર મૂળભૂત બાબતોને જાણી લેશો, પછી તમારે પરંપરાઓથી મુક્ત થઈને, મુક્ત રીતે તપાસ કરવી જોઈએ. આપણને એવી છૂટ હશે કે આપણે એ મૂળભૂત બાબતો પર સવાલ કરી શકીએ.
- રી મંડળ : આનો શાબ્દિક અર્થ થઈ શકે છે કે, “જાઓ અને પોતાની જાતે પ્રયત્ન કરો.” આ શ્રેષ્ઠતા તરફ ભરેલું પગલું છે, જે કંઈક એવું અને નવું રચે છે જેનું પહેલાં અસ્તિત્વ નહોતું. આવું ત્યારે થાય છે જ્યારે કલાકાર અને તેણે બનાવેલી કલા ભેગા મળીને એક થઈ જાય છે. આ ઉત્કર્ષ જ આપણને આપણા અહમ્‌થી ઉપર નવાં સ્થાનોની શોધ તરફ લઈ જાય છે.

આ કેન્દ્રિત વર્તુળોની રચના આપણને સમજાવે છે કે આ એક પ્રક્રિયા છે, જેમાં ધીમે ધીમે આપણે દરેક અનુભવોને સમાવતા જઈએ છીએ અને સાથે સાથે જૂના અનુભવોને પણ ભૂલતા નથી. આપણે જીવન સાથે થોડાં થોડાં વિકસિત થઈએ છીએ.

એ આપણને યાદ અપાવે છે કે ભલે આપણે નિષ્ણાત બનીને રી અવસ્થામાં આવી ગયા હોઈએ, પણ એ ના ભૂલવું જોઈએ કે આપણે 'હા' અવસ્થામાં આવીને નવા વિચારો શોધવાના છે અને શૂ સાથે મળેલા પાયાના નિયમોને ભૂલવાના નથી. બધા જ મહાન માસ્ટર આ ત્રણ વર્તુળો વચ્ચે સુમેળ સ્થાપે છે.

ઉદાહરણ માટે આપણે જોઈએ કે શૂહારીને ફોટોગ્રાફીમાં કેવી રીતે લાગુ કરી શકાય :

- શૂ : આપણે કૅમેરો વાપરતાં અને એક સારી ફ્રેમિંગની મૂળભૂત વાતો શીખીએ છીએ. ફોટા પર પ્રકાશની શું અસર થાય છે તે સમજીએ છીએ. કેટલાક ખાસ રંગોની તાકાત શું હોય છે. એક સારો ફોટો કેવી રીતે બનાવી શકાય. એકવાર આ બધી ધારણાઓના માસ્ટર બન્યા પછી, થોડા મહિનાઓ કે વર્ષો પછી આપણે ફોટો પાડવાની પ્રક્રિયાનું પુનરાવર્તન કરવું જોઈએ. આવું ત્યાં સુધી કરવાનું હોય જ્યાં સુધી તમારી પાસે હજાર ફોટાનો અનુભવ ના આવી જાય.
- હા : એકવાર આપણે ફોટા પાડતાં શીખી લઈએ પછી આપણને લાગે છે કે આપણને ફોટા પાડતાં આવડી ગયું, પરંતુ એ ફોટા બીજા ફોટોગ્રાફરના ફોટાઓ કરતાં અલગ નથી હોતા. આવું થાય ત્યારે આપણે પાયામાં રહેલી બાબતો પર સવાલ કરી શકીએ છીએ. જો આપણે પાયાની એ વાતોને સ્વીકારવાના બદલે પોતાના જ વિચારો પર કામ કરવા લાગીએ તો?

- રી : આપણે આપણી પોતાની ફોટોગ્રાફી સ્ટાઇલ બનાવવા સક્ષમ થઈ શકીએ છીએ. તેથી જ્યારે કોઈ વ્યક્તિ, બીજાએ પાડેલા ફોટાઓની વચ્ચે આપણે પાડેલા ફોટાને જુએ છે તો એને તરત જ ઓળખી કાઢે છે. આપણો આત્મા, આપણો અહમ્, આપણો કેમેરો, આસપાસનું વાતાવરણ અને ફોટોગ્રાફીનો વિષય જાણે જાદુઈ રીતે એક થઈ જાય છે. સંગીતની દુનિયામાં એક મ્યુઝિક પીસ માટે ગ્લેન ગોલ્ડ કે લોંગ લૈન વ્યાખ્યા એકદમ અલગ હોય છે. એમણે પોતાની અલગ જ શૈલી બનાવી છે અને પ્રેક્ષક એને તરત જ ઓળખી લે છે.

જ્યારે આપણે સ્થાપિત કલાકારોને જોઈએ છીએ ત્યારે આપણને લાગે છે કે તેઓ કોઈ જાદુના જોરે તજ્જ્ઞ થઈ ગયા છે અને આપણે તાત્કાલિક એમના જેવા બનવા ઇચ્છીએ છીએ, પરંતુ જો આપણે એમના વિશે જાણકારી મેળવીએ તો ખબર પડશે કે તેમણે જીવનમાં ત્રણેય વર્તુળોનો સુમેળ કર્યો છે અને એમણે પણ શૂ થી જ શરૂઆત કરી હતી. પિકાસોના શરૂઆતના પેન્સિલ સ્કેચમાં ઘણા સુધારા દેખાય છે. ડ્રોઇંગના મૂળભૂત નિયમોને આધીન રહીને જ કામ કરવામાં આવ્યું છે. કેટલાંય વર્ષો સુધી કામ શીખ્યા પછી, તે પોતાની રીતનું કંઈક બનાવવાનું સાહસ કરી શક્યા અને લગભગ એક નવી કલા શૈલી વિકસિત કરી.

તમે જીવનમાં ઘણીવાર જોયું હશે કે પાયાની વાતો શીખતા પહેલાં, એવી વસ્તુને મેળવવા માગતા હતા જે વધારે આકર્ષક હતી? જ્યારે આપણે માસ્ટર્સને જોઈએ ત્યારે મનમાં એવો લોભ થાય છે કે શીખવાની આખી પ્રક્રિયાને છોડીને, એકદમ એમના જેવા બની જઈએ. જો કે એમ કરવાથી કામ બનતું નથી. દરેક વર્તુળમાં પાછળનું વર્તુળ સમાયેલું હોય

છે. તમે શૂ વર્તુળને પૂરું કર્યા વિના હા વર્તુળમાં (પોતાના વિચારો પર કામ કરતા રહીને, પાયાની વાતો અને નિયમોને નકારવા) પ્રવેશ નથી કરી શકતા. આવું આપણે ત્યારે જ કરી શકીશું જ્યારે શૂ વર્તુળના મૂળભૂત નિયમોને સફળતાપૂર્વક સાથે લીધા હોય.

જ્યારે મારા પિયાનો વિદ્યાર્થીઓ કોઈ નવી ધૂન શીખવાનો પ્રયત્ન કરે છે, જે એમની ક્ષમતા કરતાં વધારે હોય, તો એ લોકો માત્ર શીખવામાં જ નિષ્ફળ નથી જતા, પરંતુ હતાશ પણ થઈ જાય છે. મુશ્કેલીના સ્તર અને કોઈ કામ કરતી વખતે આપણી પ્રસન્નતાના સ્તર વચ્ચે સંતુલન સાધવું પડે છે.

પ્રવાહની કલ્પના – એટલે કે જે કંઈ કરતા હોઈએ એમાં ઓતપ્રોત થવું – આ સમત્વની વધારે ઊંડાણપૂર્વક તપાસ કરે છે. એક વ્યક્તિ, જો પ્રવાહમયી અવસ્થામાં કોઈ કામની પ્રૅક્ટિસ કરી શકતો હોય તો એ પોતાની યોગ્યતા પ્રમાણે શૂહારી વર્તુળ છે, પરંતુ જો એ કામમાં પ્રવાહિત ના હોય તો એ પોતાના યોગ્ય વર્તુળમાં નથી.

શૂહારીને અમલમાં મૂકવાનો ઉત્તમ ઉપાય એ જ છે કે આપણી પાસે એક એવા ગુરુ હોય, જે વર્તુળને વિકસાવવામાં આપણું માર્ગદર્શન કરીને મદદરૂપ થઈ શકે. આ કોઈ પણ માર્શલ આર્ટને શીખવાનો રસ્તો હોઈ શકે છે. આ જ સ્ટાર વૉર્સ જેવી ફિલ્મોની પ્રેરણા પણ છે. શૂ વર્તુળમાં, આપણે પોતાના સેન્સઈ, મેન્ટોર કે જેડી માસ્ટર જે શીખવાડે છે તેનું ચુસ્ત પાલન કરવું જોઈએ. આપણે જ્યારે હા વર્તુળ તરફ જઈએ ત્યારે માસ્ટરને પડકાર આપી શકીએ છીએ અને છેલ્લે હોય છે રા વર્તુળ, અહીંયાં વિદ્યાર્થી પોતે જ માસ્ટર બની જાય છે.

સૌથી અગત્યની વાત એ છે કે ત્રણેય વર્તુળોને પોતાનામાં સમાવી લેવાથી, તમે પોતાના ગુરુ કે માસ્ટરથી આગળ નીકળીને એ વ્યક્તિથી એકદમ અલગ વ્યક્તિ બની શકો છો જેવાં જ્યારે તમે કશું નહોતા

જાણતા ત્યારે હતા. શૂઆરી માત્ર કલાની રચના કરવાનું સાધન નથી, આ એક માર્ગદર્શકના રૂપમાં આપણને આત્મ રૂપાંતરણના માર્ગ તરફ પ્રેરિત કરી શકે છે.

શૂહારીના મૂળભૂત નિયમ

- જીવનમાં કંઈ પણ શીખવા માટે હંમેશાં શૂના મૂળભૂત નિયમોના આંતરિક વર્તુળથી શરૂઆત કરવી જોઈએ. જ્યારે પણ જરૂર લાગે ત્યારે આ પાયાના નિયમોને યાદ કરો. ધીરજ રાખો અને ઝડપથી આગળ જવાની લાલચથી બચવા માટે ગનબાતેની મદદ લો. શીખવાની પ્રક્રિયામાં આવતા તબક્કાઓને પડતા મૂકવા એ સારી વાત નથી.
- જો આપણે વર્તુળને જલદી તોડી નાંખીશું તો આપણને પ્રવાહને બદલે હતાશાનો અનુભવ થશે અને આપણી શીખવાની પ્રક્રિયાની સાથે પ્રગતિની ઝડપ ઘટી જશે.
- આપણે આપણા સ્તરને લઈને જાગૃત રહેવું જોઈએ અને આપણા કરતાં વધારે જ્ઞાની લોકોને જોઈને નિરાશ ના થવું જોઈએ. આનાથી ઊલટું આપણને એ વાતની ખબર હોવી જોઈએ કે મહાન માસ્ટર પણ શૂહારી વર્તુળને પાર કરીને જ આ જગ્યાએ પહોંચ્યા છે.

22

વિશ્વની લાંબા સમયથી ચાલી રહેલી કંપનીઓ

વર્ષ 2008માં બૅન્ક ઑફ કોરિયાએ દુનિયાની એવી કંપનીઓની યાદી બનાવી જેમની સ્થાપના 200 વર્ષ કરતાં પણ પહેલાં થઈ હતી અને એટલું જ નહીં, એ આજે પણ સ્વતંત્ર રીતે કાર્યરત હતી. આ યાદીમાં એમણે કુલ 5586 કંપનીઓનાં નામ આપ્યાં, જેમાંથી 3146 (56 ટકા) કંપનીઓ જાપાનની છે.

આપણે કહી શકીએ, કે જ્યારે સ્થાપનાને સદીઓ વીતી ગયાં પછી પણ કાર્યરત હોય તેવી કંપનીઓની વાત આવે ત્યારે એમાં જાપાનનું નામ સૌથી પહેલું આવે છે. બીજા સ્થાને જર્મનીનું નામ હતું, યાદીમાં એમની 837 કંપનીઓ (15 ટકા)નાં નામ હતાં.

જર્મન અને જાપાની કંપનીઓ ઉપરાંત વિશ્વની એ બાકીની બધી કંપનીઓ, જે વીતતા સમય સાથે ભૂલી ના જવાઈ કે નાશ નથી પામી. તે બધામાં એવું શું હતું જેને સર્વસામાન્ય કહી શકાય?

આમાંના મોટાભાગના ઉદ્યોગ પરિવાર સંચાલિત બની ગયા હતા, જેમાં બિઝનેસ ચલાવવાની આવડત અને જ્ઞાન એક પેઢીથી બીજી પેઢીમાં સોંપવામાં આવે છે. યુદ્ધ અને કુદરતી આફતો પણ, કૌટુંબિક પ્રેરણા અને બિઝનેસના જ્ઞાનનું કશું ના બગાડી શકી. ગનબાતેએ એમને ઇતિહાસના ઉતાર-ચઢાવ વચ્ચે પણ જીવંત રાખ્યા.

વિશ્વની સૌથી લાંબા સમયથી ચાલી રહેલી કંપનીઓની બીજી વિશેષતા એમનાં કાર્યક્ષેત્ર હતાં, જેમાં બદલાતા સમય સાથે બહુ ફેર નહોતો પડ્યો, જેમ કે હોટલનિર્માણ, દ્રાક્ષના બગીચા અને દારૂ બનાવવાની જગ્યા વગેરે. આ બધામાં મૂળભૂત વાતો નહોતી બદલાઈ અને એ બિઝનેસમૅનને પણ ખબર હતી કે એમણે કઈ અગત્યની વાતોનું ધ્યાન રાખવાનું છે, જેમ કે એ વસ્તુઓ જે કદી નથી બદલાઈ. આટલાં વર્ષો પછી પણ એ નાનામાં નાની વાતનું ધ્યાન રાખીને પોતાનું કામ કરતી રહે છે.

ઉદાહરણ તરીકે નિશિયામા ઓનસેન કીયુનકાન નામની એક જાપાની હોટલ છે, જેની સ્થાપના વર્ષ 705માં યામાનાશી પ્રાંતમાં થઈ હતી. આ હોટલ આજે પણ ચાલુ છે અને વિશ્વના સૌથી જૂના બિઝનેસ તરીકે ઓળખાય છે.

એમાં 37 રૂમ છે, બદલાતા સમય સાથે એમાં ફેરફાર આવ્યા છે અને હવે તે વાઈ-ફાઈ અને ઇન્ટરનેટ કનેક્શન પણ આપે છે, પંરતુ આજે પણ સફળતાની ચાવી એ જ છે, જે વર્ષ 1315 પહેલાં હતી. અહીં આજે પણ સ્નાન માટે હોટલની નજીક આવેલા ઝરણાંનું ગરમ પાણી આપવામાં આવે છે. કુદરતી ગરમ પાણીના ઝરણાંને આરોગ્યપ્રદ માનવામાં આવે છે. કહેવાય છે કે આ હોટલમાં તાકેડા શિનગેન (1512-1573) અને તાકુગાવા ઇવાસુ (1543-1616) જેવી ઐતિહાસિક હસ્તીઓ પણ આવતી હતી. આના વર્તમાન માલિક એક પ્રશ્નનો જવાબ નિઃસંકોચ થઈને આપે છે. જ્યારે એમને પૂછવામાં આવે કે દરેક પ્રકારની સગવડ અને આધુનિકીકરણ ઉપરાંત એવું શું છે જે હોટલ નિશિયામા ઓનસેન કિયુનકાનને ખાસ બનાવે છે. વાઈ-ફાઈ કનેક્શન કે જ્વાળામાંથી નીકળતા ગરમ પાણીનાં ઝરણાં?

આનો જવાબ એટલો સરળ છે કે તમે પોતે જ એનો અંદાજ લગાવી શકો છો કે આમાં શું મહત્ત્વનું છે.

જો તમારા જીવનમાં કોઈ મહત્ત્વપૂર્ણ બિઝનેસ કે યોજના હોય તો પોતાની જાતને પૂછો – એવું કયું કારણ છે, જે આવતા વર્ષે પણ નહીં બદલાય કે પછી બે વર્ષ, દસ વર્ષ કે વીસ વર્ષમાં પણ બદલાવાનું નથી?

હંમેશાં તમારી યોજનાની આધારશિલાને ધ્યાનમાં રાખો. તે તમને ધ્યાન કેન્દ્રિત કરવામાં મદદ કરશે અને તમે સંભવિત અલ્પજીવી નવીનતાઓથી વિચલિત નહીં થાઓ.

ઉદાહરણ તરીકે મારો જ દાખલો આપું તો, પ્રકાશન ક્ષેત્રએ છેલ્લા કેટલાક દાયકાઓમાં બહુ મોટાં પરિવર્તનનો અનુભવ કર્યો છે. આવામાં અહીં આપેલા પ્રશ્નોના જવાબ શોધતી વખતે હું તણાવમાં આવી ગયો હોત : શું મારે માત્ર ડિજિટલ પ્રકાશન કરવું જોઈએ? શું મારે ડિજિટલ ફોલોઅર્સ માટે અલગ વિશેષ સંસ્કરણ બનાવવાં જોઈએ? શું મારે પ્રકાશન માટે સ્વતંત્ર ઉપાય કરવા જોઈએ? આ બધા પ્રશ્નો અર્થસભર છે, જેના પર વિચાર થવો જ જોઈએ અને સુધારાઓ માટેની પહેલ કરતી વખતે એનો ઉપયોગ થવો જોઈએ. ભલેને આજથી 20 કે 30 વર્ષ પછી કશું ના હોય.

જેમ ગરમ પાણીનાં ઝરણાં જ એ રહસ્ય છે, જેનાથી નિશિયામા ઓનસેન કીયુનકાન હોટલ હંમેશાં સફળ રહી, એ જ રીતે મારો જીવનમંત્ર પણ આ જ છે : શું હું મારી પૂરેપૂરી ક્ષમતાથી એટલું સારું લખું છું કે, મારા વાચકો એને વાંચે ત્યારે એમાંથી કંઈક સકારાત્મક પ્રેરણા લઈ શકે?

હવે તમારા જીવન, તમારી ઇચ્છા અને કામ વિશે વિચાર કરો. તમે જે પણ કરી રહ્યા છો, તેનું મૂળભૂત અને લાંબા સમય સુધી ટકનારું મૂલ્ય શું છે?

23

કાઈઝેન પદ્ધતિ

કાઈઝેન શબ્દ જાપાની ભાષાના કાઈ (પરિવર્તન) અને ઝેન (સારા) શબ્દના મેળથી બન્યો છે, જેનો અર્થ થાય છે, "સુધારા માટે પરિવર્તન". જો કે તેનો અનુવાદ કરવામાં આવે છે : સતત થતો સુધારો.

કાઈઝેનમાં સતત સુધારો મુખ્યત્વે પ્રક્રિયા પર આધારિત હોય છે, જ્યારે પશ્ચિમમાં મોટા ભાગે પરિણામો પર જ ધ્યાન આપવામાં આવે છે.

ઉપરોક્ત ધારણામાંથી આવતા પરિવર્તનને કદાચ આ સૂત્રમાંથી પ્રેરણા મળી હોય. "આજ ગઈકાલ કરતાં સારી અને આવતીકાલ આજ કરતા સારી!'' આપણા માટે કાઈઝેનનો અર્થ છે કે દૈનિક સમસ્યાઓને જીવનશૈલીના દર્શન સાથે ઉકેલવામાં આવે.

મૅનેજમેન્ટ સલાહકાર મસાકી ઇમાઈએ પોતાના પુસ્તક ધ કી ટુ જાપાન્સ કૉમ્પિટિટિવ સક્સેસમાં આનું વર્ણન કરતાં કહ્યું કે, "માત્ર સતત સુધારો નહીં, પણ રોજેરોજ સુધારો કરવો, માર્ગમાં દરેક પગલે, સંગઠનના દરેક કર્મચારીને પછી તે કોઈ પણ કામ કરતાં હોય, તેમને સાથે લઈને ચાલવું અને આમાં ઓછા પ્રોત્સાહનપૂર્ણ સુધારાઓથી લઈને આમૂલ પરિવર્તનનો પણ સમાવેશ થાય છે."

ઑટોમોબાઇલ કંપની ટોયોટો કાઈઝેન પદ્ધતિના માપદંડોને માનીને ચાલતી કંપનીઓમાં સૌથી મોટી કંપની છે અને તેમણે આને કંપનીના

ઉત્પાદન અને કંપનીના મૂલ્યોના કેન્દ્રસ્થાને રાખ્યું છે : "હંમેશાં નવીનતા અને વિકાસને પ્રેરિત કરતા રહીને અમે અમારા સંચાલનમાં સતત સુધારો કરીએ છીએ."

એ લોકોએ આ પદ્ધતિને કેવી રીતે અમલમાં મૂકી કે તેમને વિશ્વભરમાં ઓછામાં ઓછી ખામીવાળાં વાહનોનું ઉત્પાદન કરવામાં સફળતા મળી?

સૌપ્રથમ તો ટોયેટો કંપનીએ બિનજરૂરી (મુદા, જાપાનીમાં) વસ્તુઓને ખસેડી લીધી. એમણે આ વાત એ રીતે સમજાવી કે, "કોઈ પણ એવી વસ્તુ જે સાધન, સામગ્રી, સામાન અને પરિશ્રમમાં લાગેલા સમયની દૃષ્ટિએ જરૂરી નથી."

જો કે આ પદ્ધતિના પાંચ પાયાના નિયમો 5એસ પ્રક્રિયા તરીકે ઓળખાય છે. આને વ્યક્તિગત જીવનમાં અપનાવીને, જીવનને વધારે કાર્યક્ષમ બનાવી શકીએ છીએ.

- સીરી (વર્ગીકરણ) : કાર્યસ્થળે સરખી રીતે વર્ગીકરણ કરતાં રહીને, ટોયોટો કર્મચારીઓએ એ વસ્તુઓથી પીછો છોડાવી લીધો જે બિનજરૂરી હતી.
- સેટોન (સુવ્યવસ્થા) : એકવાર આવશ્યક વસ્તુઓને જાણી લીધા બાદ, એ પછીનું પગલું હશે સંસ્થાના સુધારા માટે એમને સુવ્યસ્થિત રીતે રાખવામાં આવે.
- સીસો (પવિત્રતા) : સાંજે કામ પતાવ્યા પછી પોતાનું કાર્યસ્થળ સાફ રાખવાની જવાબદારી તમામ કર્મચારીઓની રહેશે. આ દરમિયાન સ્પષ્ટતા અને સલામતી માટેના સુધારાઓ કરવામાં આવશે.
- સીકેત્સુ (પ્રમાણિક સ્પષ્ટતા) : નિયમો, ચર્ચા અને તપાસની

સાથે કામ કરવાની પ્રક્રિયાને નક્કી કરવામાં આવે છે. આમ 5એસના તબક્કા એક ટેવ બની જાય છે.

- શિત્સુકે (પાલન કરવું) : આ નિયમોનું તબક્કાવાર પાલન કરી શકાય તે માટે આપણે શિસ્તબદ્ધ થવું પડશે.

આ પાંચ પગલાંઓ ઉપરાંત આપણે બે બીજાં પગલાંઓને પણ અપનાવી શકીએ, જેને ટોયેટોએ પોતાની વિચારધારાનો ભાગ બનાવ્યાં છે.

- પડકાર : દૂરંદેશીપણું, મર્યાદા અને કમ્ફર્ટ ઝોનમાંથી બહાર કાઢે છે. "સાહસથી પડકારોનો સામનો કરીને અને રચનાત્મક રીતે કામ કરીને સપનાંઓને સાકાર કરી શકાય છે."
- ગેંચી ગેનબુત્સુ : આનો શાબ્દિક અનુવાદ થાય છે, "યોગ્ય સ્થળ, યોગ્ય વસ્તુ". જો કોઈ સમસ્યા સર્જાય તો એને ઉકેલવાનો એક જ રસ્તો છે કે જ્યાંથી શરૂઆત થઈ હોય એ જગ્યાએ જવું. કોઈ પણ પ્રક્રિયામાં સુધારાની કામગીરી નિરીક્ષણ પછી જ થવી જોઈએ અને તે પણ માત્ર કાગળ પરના અહેવાલ કે ત્રીજા પક્ષ તરફથી મળેલી સૂચના કે માહિતી પર આધારિત ના હોવી જોઈએ.

કાઈઝેન ફિલસૂફી, આપણા પ્રયત્નોને અર્થ અને પદ્ધતિ આપવાનો શ્રેષ્ઠ ઉપાય છે. પછી ભલેને આપણને કોઈ પણ સ્તરની શ્રેષ્ઠતા કેમ ના જોઈતી હોય.

કોઈ પણ વસ્તુ, જે ક્યારેક બનાવવામાં આવી હતી કે પછી શરૂ કરવામાં આવી હતી, એ એક વિચાર કે પછી એક વ્યક્તિના હાથે જ શરૂ થઈ હતી. ધ ટોયેટો કૉમોરેટિવ મ્યુઝિયમ ઑફ ઇન્ડસ્ટ્રી અને ટેક્નોલૉજીએ ઘણા ઉદ્યોગોને શ્રદ્ધાંજલિ આપી છે. એ બતાવે છે કે તેઓ બદલાતા સમય સાથે શું બની ગયા છે અને આગામી સમયમાં શું હશે. સંભવતઃ ભૂતકાળને સમ્માન આપવાનો અર્થ એ છે કે આપણને એ યાદ રહે કે આપણે એ ખભા પર ઊભા છીએ જે આપણા પહેલા અહીં હતા અને આ જ કંપનીની સફળતાની ચાવી છે. આપણે શું હતા, એ યાદ રાખવું પણ આગળ વધવાનો જ એક ભાગ છે.

સ્થિર રહેવું, આગળ વધવાનો એક ભાગ છે. ધ્યાનની પ્રૅક્ટિસ મનને શાંત બનાવે છે. જેનાથી આપણે જીવનમાં આવતા પડકારોનો સામનો કરી શકીએ છીએ. તમે અહીં જુઓ છો, તેમ ઝાઝેનમાં ધ્યાનની પ્રૅક્ટિસ કરી શકાય છે. જો કે ધ્યાનનો અભ્યાસ તમે હાથમાં લીધેલું કામ કરતાં કરતાં પણ કરી શકો છો. વાસણ ધોવાથી લઈને દીવાલ રંગવા સુધી, એક રજાઈ બનાવવાથી લઈને સંગીતની ધૂન બનાવવા સુધીનું કોઈ પણ કામ ધ્યાનની પ્રૅક્ટિસ હોઈ શકે છે. તમારે માત્ર તમારી વિચારસરણી અને બધી શક્તિ વર્તમાનમાં થઈ રહેલા કામમાં લગાવવાની છે. આપણે યાદ રાખવું જોઈએ કે જ્યારે આપણે ભવિષ્યમાં સાકાર થનારા લક્ષ્ય પર કેન્દ્રિત હોઈએ છીએ, પછી ભલે તે થોડી ક્ષણોમાં, વર્ષોમાં કે પછી હાલ જ સાકાર થવાનું હોય – ત્યારે આપણું જીવન ખરેખર એક એક ક્ષણને જીવે છે. આમ પણ દરેક ક્ષણનો પૂરપરો આનંદ લેવો જોઈએ; આ અહીંથી ત્યાં એક પગલું ભરવા કરતાં ઘણું વધારે છે.

24

ધ્યાન : પસાર થતાં વાદળ

ઝેન ભિક્ષુ પોતાની એકાગ્રતા અને દરેક ક્ષણમાં સાતત્ય તેમ જ કરવાના દરેક કામમાં ચોક્કસતા લાવવા માટે જાણીતા છે, પરંતુ તેઓ જેનદો, ધ્યાન કક્ષમાં આવા સમર્પણ અને સતર્કતાનો ઉપયોગ નથી કરતા. જે ધ્યાનકક્ષમાં તેઓ ઝાઝેનનો અભ્યાસ કરે છે તેને સરળ શબ્દોમાં શાંતિથી બેસીને કરવામાં આવતું ધ્યાન કહેવાય છે – આ સિવાય તેમના જીવનના દરેક પાસામાં આનો અમલ કરવામાં આવે છે.

જ્યારે એક ભિક્ષુ રસોડામાં બટાટા ધોતા હોય ત્યારે એ બટાટાને પોતાનું બ્રહ્માંડ માની લે છે. જ્યારે વહેતા પાણીની ધાર બટાટાની છાલની ગંદકી સાફ કરે છે ત્યારે એમની પાંચેય ઇન્દ્રિય બીજે ક્યાંય કેન્દ્રિત નથી હોતી અને આ સામાન્ય લાગતું કામ જ એમના માટે સંસારમાં સૌથી અગત્યનું બની જાય છે.

ખરેખર તો ભિક્ષુક રોજિંદા કામની સાથે જ ધ્યાન કરી રહ્યા છે, તે એકવારમાં એક જ કામ કરે છે, તે પોતાનું સો ટકા ધ્યાન એ કામમાં પરોવે છે અને સાચા હૃદયથી એમાં મગ્ન રહે છે. બીજા શબ્દોમાં, ભિક્ષુ ઝાઝેનની ભાવનાનો પોતાના રોજબરોજના જીવનનાં બધાં ક્ષેત્રોમાં અમલ કરે છે.

જ્યારે તમે અવરોધો અને એકસાથે અનેક કામ કરવાના સંસારમાં ખોવાયેલા હોવ છો ત્યારે આવી શિસ્ત આપમેળે નથી આવતી. તમારું મન વ્યાકુળ પક્ષીની જેમ એક ડાળથી બીજી ડાળ પર ઊડ્યા કરે છે. જેનમાં એને "મંકી માઇન્ડ" કહેવાય છે.

આને શાંત કરવા માટે, તમારે મૂળભૂત શ્વાસ લેતા શીખવું જોઈએ. એ માટે તમારે બુદ્ધની જેમ કમળ મુદ્રામાં બેસવાની જરૂર નથી. આગામી પ્રકરણમાં આપણે એમના સખત પરિશ્રમની એક મહત્ત્વપૂર્ણ ક્ષણની ચર્ચા કરીશું. તમે તમારી પીઠને ટટ્ટાર રાખીને એક ખુરશીમાં બેસી શકો છો કે પછી પલંગ પર આડા પડી શકો છો. બસ, એટલું ધ્યાન રાખવું કે તમે ઊંઘી ના જાઓ.

આ એક સહેલો અભ્યાસ છે, પરંતુ એ માટે સંપૂર્ણ એકાગ્રતા જોઈએ.

તમારે માત્ર તમારા નસકોરાંથી આવતા-જતા શ્વાસ પર ધ્યાન એકાગ્ર કરવાનું છે. તમારે ધીમેથી, આરામથી ઊંડા શ્વાસ અંદર લેવાના છે. ધીમે ધીમે ફેફસાંમાં ભરાતા વાયુનો અવાજ સાંભળ્યા વિના શ્વાસ લો અને ફેફસાંમાંથી બધો શ્વાસ બહાર કાઢતા પહેલાં પોતાની ગરદનની હડ્ડીને ઊંચી કરી લો.

પોતાના શ્વાસ પર એ ભિક્ષુની જેમ ધ્યાન કેન્દ્રિત કરો, જેના માટે હાથમાં ધોવાઈ રહેલા બટાટા સિવાય કોઈ વસ્તુનું અસ્તિત્વ નથી. આમ, તમને અન્ય વિચારોથી મુક્તિ મેળવવામાં મદદ મળશે, એ વિચારો તમને ત્યારે હસ્તક્ષેપ કરે છે, જ્યારે તમે મૌનના રેડિયો તરંગો સાંભળવા માગતા હોવ.

તમારું પોતાનું મૌન.

સમયાંતરે ખાસ કરીને શરૂઆતમાં વિચારો આવશે, એમને નકારવાનો પ્રયત્ન ના કરશો કે ના તેની સાથે જોડાઈ જશો. જો તમે તમારા વિચારોને સારા કે ખરાબ કહીને ચકાસ્યા તો તમારું ધ્યાન તૂટી જશે.

તેમને માત્ર તમારી માનસિક સ્ક્રીન પરથી પસાર થતાં જુઓ, જેમ વાદળી આકાશમાં મેઘ દેખાય છે.

બસ, એને “વિચાર”નું નામ આપો અને પસાર થવા દો. પોતાના શ્વાસ પર પાછા ફરો.

વાદળો તમારું ધ્યેય નથી. આ અખંડ વાદળી આકાશ તમારું ધ્યેય છે, જેમાંથી વાદળો પસાર થાય છે અને ઓઝલ થઈ જાય છે.

25

વૃક્ષ નીચે બુદ્ધ

ગૌતમ બુદ્ધની કથા બધાએ સાંભળી છે; તેમણે પોતાના પારિવારિક જીવનનો મોહ છોડ્યો અને પોતાનું જીવન માત્ર એક જ વસ્તુને સમર્પિત કર્યું – મનુષ્યજીવનનાં દુ:ખોનો અંત શોધવો.

આ માટે એમણે અનેક વર્ષો સુધી પદયાત્રા કરી, જ્યાં સુધી એમને મધ્યમ માર્ગ ના મળ્યો ત્યાં સુધી પોતાના શરીરને અનેક પ્રકારના કષ્ટ આપ્યાં, પરંતુ એમની યાત્રાઓ દરમિયાન બનતી ઘટનાઓ વચ્ચે એ મહત્ત્વપૂર્ણ ક્ષણ ત્યારે આવી, જ્યારે બોધિ વૃક્ષ સાથે તેમના ગનબાતેની પરીક્ષા થઈ!

તમે જ્યારે પોતાના મનમાં કોઈ મહત્ત્વપૂર્ણ યોજનાઓને પૂર્ણ કરવાની યોજના બનાવશો ત્યારે એક ક્ષણ એવી આવશે જ્યારે તમારે એ નિર્ણય લેવો પડશે કે તમે જે શોધી રહ્યા છો, એને ખરેખર કેટલું ચાહો છો? નીચે એનાં કેટલાંક ઉદાહરણો આપેલાં છે :

- એક વિદ્યાર્થી ડૉક્ટરેટની ડિગ્રી મેળવવાની બહુ નજીક આવી ગયો છે, તેણે કેટલાય મહિનાઓ મહેનત કરીને પોતાનો થિસીસ પૂર્ણ કર્યો અને હવે તે શૈક્ષણિક કમિટીને સોંપવાનો છે.
- દોડવીર, જે મેરેથોન માટેની તાલીમમાં વધારો કરે છે, જે તે સતત એક વર્ષથી કરી રહ્યો છે.

- એક સ્ટાર્ટ-અપની શરૂઆત કરવાની છેલ્લી તૈયારીઓ, જે ખરેખર તો કંઈક મોટું અને ઉલ્લેખનીય સામે લાવવાની હોય.

આશરે અઢી હજાર વર્ષ પહેલાં સિદ્ધાર્થ ગૌતમે નિર્ણય કર્યો કે તે વર્તમાન ભારતના ઉત્તરમાં આવેલાં અંજીરના ઝાડને જ પોતાનું ધ્યાન કેન્દ્ર બનાવશે. તેઓ એ વૃક્ષ નીચે ધ્યાન કરવા લાગ્યા, જે આગળ જતાં બોધિ વૃક્ષ તરીકે ઓળખાયું. તેમણે સંકલ્પ કર્યો કે બોધ પ્રાપ્ત ના થાય ત્યાં સુધી તેઓ આ વૃક્ષ નીચેથી ખસશે નહીં.

એ વખતે એમની ઉંમર 35 વર્ષ હતી. એ યુગ અનુસાર, અડધાથી વધુ જીવનનું પ્રતિનિધિત્વ કરે છે.

તેઓ કેટલાય દિવસો સુધી હલનચલન કર્યા વિના એ ઝાડ નીચે બેસી રહ્યા, તો એમના અનુયાયીઓએ તેમને એમ વિચારીને ત્યજી દીધા કે તેઓ ગાંડા થઈ ગયા છે.

તેમના આવા અડગ તપની વચ્ચે ભારે તોફાન આવી ગયું, પણ તેઓ પોતાની જગ્યાએથી ટસના મસ ના થયા. તેઓ કુલ 49 દિવસ સુધી ધ્યાનસ્થ રહ્યા. પોતે પ્રબુદ્ધ ના થયા ત્યાં સુધી હાર ના માની. એ પછી તે બુદ્ધ બની ગયા. બુદ્ધ એટલે એવી વ્યક્તિ જે જાગેલી છે.

તેમણે ચાર ઉમદા સત્યના માધ્યમથી માણસનાં દુ:ખોની સમસ્યાઓનું સમાધાન કર્યું હતું

1. *દુ:ખનું અસ્તિત્વ છે. એમના શબ્દોમાં : "જન્મ, વૃદ્ધાવસ્થા, રોગ અને મૃત્યુ દુ:ખ છે; અપ્રિય સાથે સંયોગ પણ દુ:ખ છે; સુખદથી વિયોગ પણ દુ:ખ છે; પોતાનું મનગમતું ના મળવું પણ દુ:ખ છે." દુ:ખને સમજવું જોઈએ.*
2. *ઇચ્છા જ તકલીફોનું કારણ છે. આપણે જ્યારે કોઈ સંપત્તિ કે આનંદની ઇચ્છા રાખીએ છીએ, કોઈ વસ્તુ ઓછી થવાની*

કે એનો અંત થવાની રાહ જોઈએ ત્યારે આપણે તકલીફોને આમંત્રણ આપીએ છીએ. આપણે ઇચ્છાનો ત્યાગ કરવો જોઈએ.

3. ઇચ્છાનો અંત થઈ શકે છે અને ત્યારે તકલીફોનો પણ અંત થશે. આ કારણોસર જ અમે બૌદ્ધ ધર્મના ત્યાગના નિયમનું પાલન કરીએ છીએ – પોતાની જાતને એ બધી ઇચ્છાઓથી પર કરી લઈએ છીએ, જે આપણને તકલીફ આપી શકે છે. તકલીફોનો અંત લાવવો જ જોઈએ.

4. મોક્ષ મેળવવાનો એક માર્ગ છે. જેના પર ચાલીને આપણે નિર્વાણ સુધી પહોંચી શકીએ છીએ, જેનાથી તમામ તકલીફોનો અંત આવે છે. આપણે સ્વયં આ માર્ગને વિકસાવવો જોઈએ.

કોઈ પણ મોટી યોજના, પછી એ આધ્યાત્મિક હોય કે બીજા કોઈ પ્રકારની – એને સાકાર કરવા માટે વિશેષ પ્રયત્નોની જરૂર હોય છે. ખાસ તો ત્યારે જ્યારે તમે પડકારના અંતિમ તબક્કામાં હો.

26

ખતાના : સુંદરતાનું રહસ્ય

તલવાર માણસની એ રચના છે જે કોઈને મારવા માટે બનાવાઈ છે. એમાં કોઈ શંકા નથી, પરંતુ કલાકારીના અન્ય કોઈ પણ તત્ત્વની જેમ આ પણ કલાનો એક નમૂનો હોઈ શકે છે. ખાસ કરીને જાપાની ખતાના, હવે તેને એક હથિયાર નહીં, પણ એક પ્રતીક અને તિલસ્માન માનવામાં આવે છે.

એક લોકપ્રિય અંધવિશ્વાસ મુજબ ખતાના મા (શૈતાન, દુષ્ટ આત્મા)નો નાશ કરે છે. ખતાનાની ગુણવત્તા જેટલી સારી હશે, માલિકની રક્ષા કરવાની એની યોગ્યતા એટલી વધારે હશે. આજે પણ ઘણા જાપાની પરિવારોમાં બાળકના જન્મ સમયે ખતાના ખરીદવાની પરંપરા છે અને એને ઘરમાં ખાસ જગ્યાએ મૂકવામાં આવે છે, જેથી તે આજીવન બાળકનું રક્ષણ કરે. ખતાનાને ખજાના સમાન માનવામાં આવે છે અને એને પરિવારમાં પેઢી દર પેઢી ધરોહરની જેમ સોંપવાની પરંપરા છે.

આ અંધવિશ્વાસને લીધે જ લુહારોએ વધારે સુંદર ખતાના બનાવવાની શૈલી વિકસાવવી પડી. જો આવો વિશ્વાસ ના હોત તો જાપાની એક સામાન્ય તલવાર બનીને રહી જતી, જેને લોકો માત્ર યુદ્ધ કે સ્ટેટસ સિમ્બોલ તરીકે જોતા.

ખતાના કલાનો એવો નમૂનો છે, જે સમયની કસોટી પર ખરો ઊતર્યો છે. જો કે કોઈ પારખુ નજર જ, 500 વર્ષ પહેલાં કોઈ માસ્ટરે

બનાવેલી તલવાર અને સમકાલીન માસ્ટરે બનાવેલી તલવાર વચ્ચેનું અંતર પારખી શકે છે. લુહાર ઇચ્છિત ધાર ના મળે ત્યાં સુધી હજારો તામાગહાને (શિમાન પ્રાંતમાં લોહયુક્ત રેત ભરપૂર પ્રમાણમાં છે) સ્ટીલ શીટ્સ પર મહિનાઓ સુધી કામ કરે છે. આવી મહેનતને લીધે જ આ તલવારની ધાર સમયની કસોટી પર ખરી ઊતરે છે અને સદીઓ પછી પણ બીજી કોઈ તલવાર એનો સામનો નથી કરી શકતી.

યોશિંદો યોશીહારા એ 30 લુહારો પૈકી છે, જે માત્ર ખતાના બનાવીને પોતાનું ગુજરાન ચલાવે છે. આ એક વારસાગત કળા છે, જેનું જ્ઞાન પિતા તરફથી પુત્રોને આપવામાં આવે છે. જો કે આ કામની પાયાની વાતો શીખવા માટે પુત્રએ દસકાઓ સુધી પિતાની સાથે કામ કરીને કામને સમજવું પડે છે. હાલ યોશિંદોની ઉંમર આશરે 80 વર્ષ છે અને જાપાનના સૌથી અમૂલ્ય કલાકારોમાંના એક ગણાય છે. યોશિંદો યોશીહારાએ કેટલાંય વર્ષો સુધી મહેનત કરીને અનેક ખતાનાઓ બનાવી છે જે હવે રાષ્ટ્રીય ધરોહર બની ગઈ છે.

માત્ર એક તલવાર બનાવવામાં મહિનાઓ કે વર્ષો કેમ લગાવે છે?

જાપાનના લુહાર માટે ખતાના બનાવવાનો અર્થ છે, એક એવી વસ્તુ બનાવવી, જેની સુંદરતા વર્ષો સુધી ટકી શકે. એ જ કારણ છે કે ખતાનાની કલાત્મક સુંદરતાની સાથે, તેની ધારને ઉચ્ચ ગુણવત્તાવાળી અને ઘાતક માનવામાં આવે છે. લુહાર શ્રેષ્ઠ કૃતિ બનાવવાનાં કામમાં કોઈ કસર નથી રાખતા અને એટલે જ ખતાના બનાવવામાં વાર લાગે છે.

કોઈ વસ્તુ બનાવવામાં કરેલી મહેનત, ઉત્સાહ અને કાળજીની લોકો કદર કરે છે. જો આપણે કોઈ કામ ફટાફટ પૂરું કરી દઈએ તો એને જોઈને જ ખબર પડી જાય છે કે એને બનાવવામાં આપણે વિશેષ કોઈ પ્રયત્ન કર્યાં નથી. આ વાત બીજાઓની નજરથી બચી નહીં શકે.

આપણે બધા આપણા રોજિંદા જીવનમાં પણ કલાકાર જ છીએ.

દાખલા તરીકે, આપણે નક્કી કરી શકીએ કે કોઈ ખાસ વ્યંજન બનાવતી વખતે એની પર પૂરું ધ્યાન આપવું કે નહીં? બીજા લોકો બનેલા વ્યંજનને જોશે ત્યારે એ આ બંને વચ્ચેનો ફરક જાણી જશે. વાનગીને પીરસવાની રીત, સુગંધ, સ્વાદ... બધી બાબતો મહત્ત્વની છે. તમારે જ નક્કી કરવાનું છે કે તમે ફટાફટ રાંધી નાંખશો, માત્ર પેટ ભરવા માટે રાંધશો કે પછી કંઈક એવું સુંદર અને સ્વાદિષ્ટ બનાવશો જેને જોઈને મોંમાં પાણી આવી જાય અને ખાઈને મજા આવી જાય.

આપણે જ્યારે ઇચ્છીએ ત્યારે સુંદરતાને પોતાનું લક્ષ્ય બનાવી શકીએ છીએ.

જેમ ખતાનાની ગણતરી હવે હથિયારને બદલે એક ખજાના તરીકે થવા લાગી છે, તે માટે એ લુહારોનો આભાર માનવો જોઈએ કે આ લોકો કલાકારમાં રૂપાંતરિત થયા. તમે પણ સુંદરતાને પોતાનું લક્ષ્ય બનાવો અને જુઓ ઝડપથી સંસાર અને જીવન વિશેનો તમારો દૃષ્ટિકોણ બદલાઈ જશે.

27

કરાટેનું દર્શન

કરાટે – દો (શાબ્દિક રીતે – ખાલી હાથ હોવું), માર્શલ આર્ટ કરતાં ઘણું વધારે છે, કારણ કે તે આનો ઉપયોગ કરનારને સ્વરક્ષણની કુશળતા કરતાં ઘણું વધારે આપે છે. તે જીવન માટે એક બોધપાઠ છે.

આધુનિક કરાટેની શરૂઆત ઓકીનાવા ટાપુ પર થઈ અને એ અન્ય મુખ્ય દ્વીપસમૂહો સુધી પહોંચ્યું એ માટે માસ્ટર ગિનીચ ફૂનાકોશીનો આભાર માનવો જોઈએ. તેમણે વર્ષ 1930ના દાયકામાં પ્રથમ 'દોજો'ની ખોલ્યો હતો.

આ માટેની પહેલી શાળા, 'શોતોકાન' તરીકે ઓળખાય છે અને તેનું ફિલૉસૉફિકલ માળખું, માર્શલ આર્ટને સંપૂર્ણ વિઝન આપે છે, જેમાં બુશીદો, 'યુદ્ધનો માર્ગ અપનાવનારા' સમુરાઈનો પણ સમાવેશ થાય છે.

આ પ્રાચીન યોદ્ધાઓ કડક આચારસંહિતાનું પાલન કરતા હતા, જેનો સારાંશ બુશીદોના સાત ગુણોમાં વર્ણવી શકાય છે :

ન્યાય, સાહસ, કરુણા, સમ્માન, પ્રામાણિકતા, આદર અને વફાદારી.

કદાચ '47 રોનિન' (1701-1703) નામની વાર્તા બુશીદોના બધા ગુણોને વધુ સારી રીતે રજૂ કરે છે. શોગુન પોતાના દાઇમ્યો (સામંત), અસાનો નાગાનોરીને સેપ્પૂકે (અનુષ્ઠાનિક આત્મહત્યા) કરવા માટે વિવશ કરે છે, કારણ કે અસાનોએ અપમાનિત થયા પછી મહેલના એક ઉચ્ચ

અધિકારી પર હુમલો કર્યો હતો. સામંતના બધા જાગીરદાર બદલો લેવા તૈયાર થઈ જાય છે અને અસાનોને આવા કામ માટે ઉશ્કેરનારા કિરા યોશિહીસાને મારી નાંખવા સહમત થાય છે.

દોઢ વર્ષ પછી નક્કી થયેલા સમયે એમનામાંથી માત્ર 47 લોકો જ પ્રકટ થાય છે. આ લોકો 47 રોનિન – સમુરાઈ તરીકે ઓળખાયા, જેમની પાસે સેવા કરવા માટે કોઈ સ્વામી નહોતા. એમના જેવા થોડા લોકો પણ અનેક પર ભારે પડે તેમ હતા. તેમણે કિરાના કિલ્લા જેવા ઘર પર હુમલો કરીને એને મારી નાંખ્યો અને એનું માથું અસાનોની કબરને અર્પણ કરવામાં આવ્યું. આમ કર્યાં પછી તે જાતે અધિકારીઓ સમક્ષ સજા ભોગવવા માટે હાજર થઈ ગયા. શોગુનને ખબર હતી કે એમણે શું કર્યું છે અને શા માટે કર્યું છે – સાથે જ એમને રોનિનોની વધી રહેલી લોકપ્રિયતાનો પણ ખ્યાલ હતો. તેથી એમને સેપ્પૂકના માધ્યમથી પ્રાણ ત્યાગવાની અને તેમના સ્વામીની નજીક દફનાવાની મંજૂરી આપી.

ફૂનાકોશી કરાટેમાં સમુરાઈ કોડનો સમાવેશ કરે છે, જે આજે પણ કરાટે શીખનારાઓનું માર્ગદર્શન કરે છે : "કરાટે-દો એ માત્ર કૌશલ્યનું એક સ્તર મેળવવાનું નામ નથી. એની સાથે જ સમાજના સારા, પ્રામાણિક અને દયાળુ સભ્ય બનવાની કળા પણ આવડવી જોઈએ."

માસ્ટર ફૂનાકોશી સૂચનાઓની યાદી પણ તૈયાર કરીને ગયા છે, જે નિજુ કુન – "વીસ નિયમો" નામથી ઓળખાય છે. આ યાદી 19મી સદીના અંતમાં બનાવાઈ હતી અને અનુયાયીઓ આજે પણ આ પરંપરાને જાળવે છે.

મેં એમાંથી પાંચ નિયમો પસંદ કર્યા છે. આપણે વ્યક્તિગત પ્રોજેક્ટમાં માર્શલ આર્ટના આ નિયમોને લાગુ કરી શકીએ છીએ :

1. પહેલાં સ્વયંને જાણો, પછી બીજાને જાણો – જો તમે એ જ ના જાણતા હોવ કે તલવાર કોણ ચલાવી રહ્યું છે તો પછી તલવારબાજી શીખવી વ્યર્થ છે. કોઈ પણ પ્રકારના સુધારાની શરૂઆત તમારાથી જ થશે.
2. તમારે પોતાના મનને મુક્ત રાખવું પડશે – તાઓ અનુસાર, જીવનમાં જે થાય તેની સાથે એડ્જસ્ટ થતાં શીખો. એક એવું મન જે કોઈ પણ પ્રકારના પૂર્વગ્રહ કે ધારણાઓથી બંધાયેલું નથી હોતું તે વધારે પ્રભાવશાળી હોય છે.
3. કરાટે ઊકળતા પાણી જેવું છે – જો તમે આને સતત નહીં ઉકાળો તો એ ઠંડું થઈ જશે. અભ્યાસ, અભ્યાસ અને અભ્યાસ કરો, એ રસ્તે આગળ વધો જે તમે તમારી માટે પસંદ કર્યો છે. ગનબાતે!
4. પોતાના પ્રતિસ્પર્ધી પ્રમાણે બદલાઓ – જીવનની સમસ્યાઓમાં, દરેક પડકારનો કોઈ ને કોઈ ઉકેલ હોય જ છે અને તમારે સૌથી પહેલાં એ શોધી કાઢવાનો છે.
5. વિચારો કે આ નિયમોને રોજિંદા જીવનમાં કેવી રીતે લાગુ કરી શકાય – જેમ ઍરિસ્ટોટલે કહ્યું છે, “આપણે એ જ છીએ જે આપણે સતત કરીએ છીએ. આમ શ્રેષ્ઠતા કોઈ કર્મ નહીં, એક ટેવ છે.”

કરાટે એક માર્શલ આર્ટ કરતાં વધારે તો જીવનશૈલી છે અને આના માસ્ટર્સ પણ પોતાના શિષ્યો માટે ઉદાહરણ બનવાના પ્રયત્ન કરે છે, આ જ કારણ છે કે દોજોના પ્રવેશદ્વાર પર આપણને દોજો કુન દેખાય છે, જેમાં એ પાંચ નિયમો સમાવિષ્ટ છે જે ફૂનાકોશીની શોતોકાન સ્કૂલ સાથે સંબંધિત છે. આમનું મૂળ જાપાનમાં જ છે.

1. તમારા ચરિત્રને સંપૂર્ણપણે જાણી લો.
2. વફાદાર બનો.
3. પ્રયત્ન કરો.
4. અન્ય લોકોનો આદર કરો.
5. હિંસક વર્તનથી દૂર રહો.

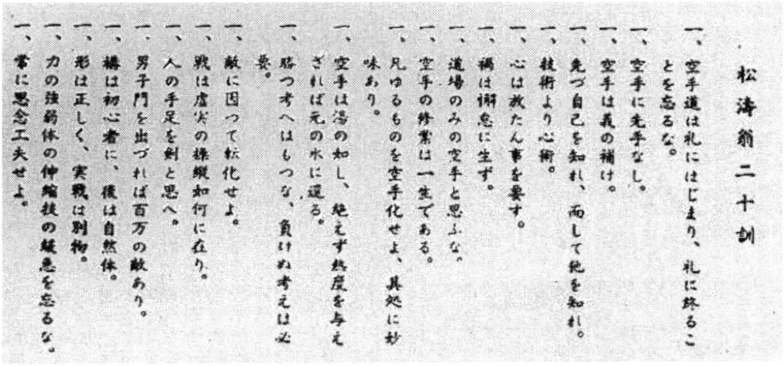

松濤翁二十訓

一、空手道は礼にはじまり、礼に終ることを忘るな。
一、空手に先手なし。
一、空手は義の補け。
一、先づ自己を知れ、而して他を知れ。
一、技術より心術。
一、心は放たん事を要す。
一、禍は懈怠に生ず。
一、道場のみの空手と思ふな。
一、空手の修業は一生である。
一、凡ゆるものを空手化せよ、其処に妙味あり。
一、空手は湯の如し、絶えず熱度を与えざれば元の水に還る。
一、勝つ考へはもつな、負けぬ考えは必要。
一、敵に因つて転化せよ。
一、戦は虚実の操縦如何に在り。
一、人の手足を剣と思へ。
一、男子門を出づれば百万の敵あり。
一、構は初心者に、後は自然体。
一、形は正しく、実戦は別物。
一、力の強弱体の伸縮技の緩急を忘るな。
一、常に思念工夫せよ。

ફૂનાકોશી – વીસ મૂળ સૂચનાઓ

28

ટેનિસ : માનસિક દૃઢતાની રમત

20 વર્ષની ઉંમર સુધી હું નિયમિત રીતે ટેનિસ રમતો હતો. હું હંમેશાં મારા નાના ભાઈ સાથે ક્લે કોર્ટમાં જતો અને અમે બધું ભૂલીને કલાકો સુધી રમતમાં રચ્યા-પચ્યા રહેતા.

એ જ વખતે મને ખ્યાલ આવ્યો કે જો કોઈ એવી રમત છે જે માનસિક શક્તિથી પ્રભાવિત હોય, તો એ ટેનિસ છે.

આ રમત એવી રીતે બનાવાઈ છે કે તેમાં શારીરિક તૈયારી અને પ્રતિભા સાથે સાથે ચાલે છે અને ખેલાડીની અંદર સમસ્યાઓનો સામનો કરવાની ક્ષમતા વિકસે છે : આમાં મોટાભાગના પોઇન્ટ અજાણતાં થયેલી ભૂલને લીધે જ થાય છે. ડબલ્સ ના રમો તો તમે એકલા જ રમો છો અને એટલે જે કંઈ થાય તે માટે તમે જ જવાબદાર હોવ છો.

તેથી જ જ્યાં સુધી તમને તમારી ક્ષમતાઓ પર સંપૂર્ણ વિશ્વાસ ના હોય અને ઇચ્છિત પરિણામ મેળવવાની ખાતરી ના હોય, તો રમતમાં ટકી રહેવું અશક્ય થઈ જાય છે. જો તમને શંકા હોય કે તમે જીતી નહીં શકો, તો તમે રમતા પહેલાં જ હારી ગયા છો.

આ રમતમાં ટેનિસ ખેલાડીનો આરામ પણ મહત્ત્વનો ભાગ ભજવે છે, કારણ કે દરેક પોઇન્ટ જીતવા માટે ચોકસાઈ જરૂરી છે. તેથી જ સર્વ કરતાં પહેલા કે પોઇન્ટ્સની વચ્ચે આપણે નોંધનીય બાબતોનું પાલન થતું જોઈએ છે. આ તેમના મનને કોઈ પણ પ્રકારના દબાણથી

મુક્ત રાખવા માટે જ હોય છે. જેથી આગળનો બેલ વાગ્યા પછી તે વધુ સારી રીતે રમી શકે. દરેક રેલી પછી ખેલાડી પોતાની ખોવાયેલી તાકાત પાછી મેળવવાનો પ્રયાસ કરે છે.

હું જ્યારે આ રમત છોડીને બીજી રમતો રમવા લાગ્યો ત્યારે ટીવી પર મોટી ટૂર્નામેન્ટ બહુ પ્રેમથી જોતો. એ વખતે મેં જોયું કે કેવી રીતે ખેલાડીઓ તણાવમુક્ત થવાના ઉપાયો કરે છે. કેટલાક લોકો કોર્ટમાં એટલા મગ્ન રહે છે જાણે કોઈ તંદ્રામાં રમતા હોય. કેટલાક પોતાના મનને શાંત કરવા માટે બૂમો પાડે છે જેથી એમની એકાગ્રતા પાછી આવી જાય.

દરેક પોઇન્ટ એક નવી તક છે અને ભલે રમતમાં ક્યારેક તમે હારવા લાગો, પરંતુ સારા ખેલાડી હારવાની મેચમાં પણ ગમે તે રીતે પોતાની જાતને આગળ લઈ જ આવે છે. આ એ વાતની સાબિતી છે કે સ્થિતિસ્થાપકતા મહત્ત્વનું પરિબળ છે. તે ખેલાડીને માત્ર હારેલી મેચમાં જ આગળ નથી લાવતી, પરંતુ ઈજા થઈ હોય ત્યારે પણ ઝડપથી સાજા થવામાં મદદ કરે છે.

હંમેશાં ટેનિસ ખેલાડી કોઈ સારો પોઇન્ટ, રમત કે સેટ જીત્યા પછી પીઠ થપથપાવતા દેખાય છે. આ બધા એમનો આત્મવિશ્વાસ વધારવાના શ્રેષ્ઠ ઉપાય છે.

જાપાની ખેલાડી નાઓમી ઓસાકાને આનું સારું ઉદાહરણ ગણી શકાય છે. તે ફ્લોરિડામાં રહે છે અને 2019માં ત્રણ ગ્રાન્ડ સ્લેમ જીત્યા પછી વર્લ્ડ નંબર વન પૉઝિશન પર પહોંચી હતી.

આ પહેલાં કોઈ જાપાની મહિલા ટેનિસ ખેલાડી ટૉપ રેન્કિંગ સુધી નથી પહોંચી, વર્લ્ડ નંબર-1 તો દૂરની વાત છે. તેના માટે સફળતાની ચાર મુખ્ય ચાવીઓ છે. (એમના ટ્રેનિંગ સેશનમાં સતત ચાલતા પ્રયત્નો ઉપરાંત) એમના જ શબ્દોમાં જાણીએ :

1. આત્મવિશ્વાસ – "હું નથી માનતી કે તમારામાં આત્મવિશ્વાસ ના હોય અને તમે ગ્રેન્ડ સ્લેમ જીતી શકશો."
2. શાંતિ – "મને લાગે છે કે શાંત ખેલાડી વધારે સારી રીતે રમી શકે છે. ઘણીવાર હું મારી આંતરિક શાંતિનો ઉપયોગ મારી રમતમાં કરું છું."
3. આનંદ – "હું જે પણ મેચ રમું, તેનો આનંદ લેવા માગું છું, કારણ કે ટેનિસ એક રમત છે."
4. એકાગ્રતા – "જ્યારે હું રમતી હોઉં, ત્યારે મારા મનમાં એના સિવાય કશું જ નથી હોતું."

29

જો તમને વ્યાયામ કરવાનું મન ના થાય – ગનબાતે!

હું વૂડી એલને કહેલી વાતનો પ્રશંસક છું – "એંશી ટકા સફળતા દેખાવમાં જ છે."

શક્ય છે કે આમાં એંશી ટકા અતિશયોક્તિ લાગે, પણ આનાથી તમને ઉદ્દેશ્ય અને સુસંગતતાના મહત્ત્વની ખબર પડે છે, ખાસ તો ત્યારે જ્યારે આપણે જીવનમાં કોઈ સફળતા મેળવવા માગતા હોઈએ.

હું બાળપણમાં તાઈક્વાંડો શીખવા જતો હતો, જો કે મારા વર્ગના બીજાં બાળકોએ પોતાના માટે જૂડો અને આઈકોડા જેવા માર્શલ આર્ટને પસંદ કર્યું હતું. ડોજોમાં હંમેશાં એક કોરિયન શબ્દ વારંવાર વપરાતો હતો, ઇનેઈ, જેનો અર્થ હતો, "ધીરજ!"

નવાઈની વાત તો એ હતી કે માસ્ટર અમે કોરિયોગ્રાફ કરેલી લડાઈ કે પછી હાઈ કિક્સનાં વખાણ નહોતાં કરતાં, તેઓ એ વાતની પ્રશંસા વધારે કરતાં કે અમે રોજે એમની પાસે શીખવા જતા હતા. અમારે રોજે ત્યાં જવાનું હતું, પ્રૅક્ટિસ કરીને, રોજેરોજ થોડા-થોડા સારા બનવાનું હતું.

હું તમને વધારે વ્યવહારુ ઉદાહરણ આપીને સમજાવીશ :

કલ્પના કરો કે બે લોકોની ઉંમર 50 વર્ષ છે. પહેલા વ્યક્તિએ 30 વર્ષની ઉંમર સુધી અઠવાડિયામાં કેટલાય કલાકો આકરો વ્યાયામ

કર્યો અને પછી વ્યાયામ કરવાનું બંધ કરી દીધું. બીજો વ્યક્તિ રોજે 10 મિનિટ નિયમિત હળવો વ્યાયામ કરતો રહ્યો અને 20 વર્ષની ઉંમર સુધી અઠવાડિયામાં ત્રણવાર દૂર ચાલવા માટે જતો હતો.

50 વર્ષની ઉંમરે પહોંચ્યાં પછી આ બંનેમાંથી કોણ વધારે સારું દેખાતું હશે?

જાપાન એવા વિકસિત દેશો પૈકી એક છે, જેમાં વયસ્ક સ્થૂળતાનો દર સૌથી ઓછો છે. અમારા સ્વાસ્થ્યપ્રદ ખોરાક ઉપરાંત, અમે રોજ હળવી કસરત પણ કરીએ છીએ. ઘણા જાપાનીઓ સવારે રેડિયો ટાઈસોની પ્રૅક્ટિસ કરે છે, જેને કરવામાં પાંચથી દસ મિનિટનો સમય લાગે છે. જે આપણા શરીરના સાંધાઓ અને સ્નાયુઓના વ્યાયામ માટે પૂરતો છે. હું પણ રોજ આની પ્રૅક્ટિસ કરું છું.

તમારે રેડિયો ટોઈસોનીને પસંદ કરવાની જરૂર નથી – તમે તમારી જીવનશૈલી મુજબ મનગમતો વ્યાયામ પસંદ કરી શકો છો. આ યોગ, તાઈ ચી, કેલિસ્થેનિક્સ, કી ગોંગ અથવા પિલાતે વેગેરે કોઈ પણ હોઈ શકે છે. તમારી તાકાત બહાર હોય તેવા કોઈ પણ વ્યાયામ કરવાનો પ્રયત્ન ના કરશો. અહીં સૌથી અગત્યની બાબત એ છે કે તમારે આને સતત કરતા રહીને ટેવ પાડવાની છે. જો આપણે શરીરને નિયમિત કસરતની ટેવ પાડી શક્યા તો ભવિષ્ય આપણું આભારી હશે.

જો આપણી પાસે નિયમિત બ્રશ કરવાનો, નહાવાનો અને સૂવાનો સમય હોય તો આપણે વ્યાયામ કરવા માટે પણ થોડો સમય કાઢી જ શકીએ?

શરીરને ગતિશીલ રાખવા માટે જીવનની પ્રાથમિકતાઓને સમજો અને આવું કરવા બદલ તમારું મન તમારો આભાર માનશે. આ એવી બાબત છે જે જાપાની વિવેકથી આગળ, સમગ્ર માનવતાની ભલાઈ માટે છે. આ લૅટિન ભાષાની એક કહેવતનો અર્થ પણ આવો જ છે :

નિષ્ક્રિયતા કોઈ વિકલ્પ નથી.

ગનબાતે!

અહીયાં વ્યાયામ ના કરવાના કારણો અને એના ઉકેલની જાણકારી આપવામાં આવી છે.

બહાનાં	સમાધાન
મારી પાસે સમય નથી.	વ્યાયામ કરવા માટે સમયનું પ્લાનિંગ કરો.
મારે વ્યાયામ નથી કરવો.	સ્વયંને કહો : "ગનબાતે!" અને પછી એક પગલું આગળ આવીને શરૂઆત કરો અને સ્ક્વૉટ કરો. કંઈ પણ ના કરવા કરતાં પોતાના શરીરને પાંચ મિનિટ ગતિશિલ રાખવું ઘણું સારું છે.
મારી પાસે કોઈ પ્રેરણા નથી.	મદદ માટે પોતાના મિત્ર સાથે મળીને ટાઇમટેબલ બનાવો. એકબીજાને પોતાના વ્યાયામની જાણકારી આપો કે પછી સાથે વ્યાયામ કરો.
હું કસરત કરનારા માણસોમાંનો નથી.	પોતાની જાતને બદલો. તમે એવા લોકો પૈકી છો જે રોજ શાંતિથી બધા કામ કરે છે. તમારા જીવનમાં ભોજન અને ઊંઘની જેમ જ વ્યાયામની પણ પ્રાથમિકતા હોવી જોઈએ.
મને નથી ખબર કે કેવી કસરત કરવાની છે.	શરૂઆતમાં એવી કસરત કરો જે તમને સહેલી લાગે : એક કલાક ચાલવા જવું, દંડ બેઠક કરવી કે પ્રેસ અપ્સ કરવા. પ્રેસ અપ્સ દીવાલ કે ટેબલની મદદ લઈને કરી શકાય છે.

30

ફિટનેસ માટે દસ ગનબાતે નિયમ!

1. થોડી કસરત કરો, ભલેને એ નામ માત્રની જ કેમ ના હોય, આ સોફા પર બેસીને મોટા પ્લાનિંગ કરવા કરતાં તો સારું જ છે

આવું બધાની સાથે થાય છે : બધા મોટી મોટી વાતો કરીએ છીએ અને પછી જોશ હવામાં ઊડી જાય છે. આપણે પોતાની જાતને કહીએ છીએ : “હું દોડ પૂરી કરીને યોગના ક્લાસમાં જઈશ.”, “મારે જીમ જવું જ પડશે.” પરંતુ આપણે કંઈ સમજીએ તે પહેલાં તો આખો દિવસ સોફા પર બેઠાં બેઠાં જ પૂરો થઈ જાય છે. કશું જ ના કરવા કરતાં તો બગીચા કે બાલ્કનીમાં 10 મિનિટ હળવો વ્યાયામ કરવો પણ સારી વાત છે. પોતાના શરીરને ગતિશીલ રાખવું એ જીવનની પહેલી પ્રાથમિકતા હોવી જોઈએ.

2. પોતાની સરખામણી બીજા સાથે ના કરો

જ્યાં સુધી તમે કોઈ સ્પર્ધાત્મક રમતમાં ના હોવ, ત્યાં સુધી પોતાના શરીરને ફિટ રાખવું એ સ્પર્ધાની બાબત ના હોવી જોઈએ. તમારી સરખામણી તમારી જાત સાથે કરો, તમે પહેલા કેવા હતા એની સાથે કરો. શું તમે ગયા મહિનાની સરખામણીમાં સુધારો કર્યો છે? અને વીતેલા એક વર્ષના રૂપ સાથે તમારી સરખામણી કરો. ઉંમરની તમારા પર અસર નહીં વર્તાય. આવું થવા લાગે ત્યારે ગતિશીલતા જાળવી રાખો અને એ જ કરો જે તમને ગમે અને પોતાના શરીર સાથેનો સંપર્ક જાળવી રાખો.

3. કંઈક એવું કરો, જેનાથી તમને આનંદ થાય

તમારા માટે સર્વશ્રેષ્ઠ વ્યાયામ કયો છે? આ બાબત દરેકની ઉંમર અને વ્યક્તિ અનુસાર અલગ અલગ હોઈ શકે છે અને તમારો મૂડ પણ આમાં મહત્ત્વની ભૂમિકા ભજવે છે. જો તમે એવું કોઈ કામ કરતા હોવ જેમાં તમને મજા ના આવતી હોય તો થોડા વખત પછી તમે જાતે જ એ કરવાનું બંધ કરી દેશો. કોઈ એવી એક્ટિવિટી પસંદ કરો જેને તમે માત્ર 2-3 મહિના જ નહીં, દાયકાઓ સુધી કરી શકો. નવી વસ્તુઓને ત્યાં સુધી અજમાવતા રહો જ્યાં સુધી તમને ખાતરી ના થઈ જાય કે તમને એમાં સંપૂર્ણ આનંદ મળવા લાગ્યો છે. સારો વ્યાયામ એ જ છે જે તમને રોજ કરવાનું મન થાય.

4. પ્રવાહની સ્થિતિમાં પ્રવેશ કરો

તમને કેવી રીતે ખબર પડે કે કોઈ રમત કે વ્યાયામ તમારા માટે છે કે નહીં? માની લો કે તમે યોગ કરો છો. શરૂઆતમાં કોઈને પણ યોગ સહેલા નથી લાગતા, પણ પ્રૅક્ટિસ કરતા રહો એટલે થોડા વખતમાં તમે સહજ પ્રવાહની સ્થિતિમાં આવી જાઓ છો. જ્યારે યોગ કરતી વખતે તમને સમયનો પણ અંદાજ ના રહે તો એનો અર્થ એ છે કે તમે પ્રવાહની સ્થિતિમાં પ્રવેશી ચૂક્યા છો. એવી એક્ટિવિટીને પસંદ કરો જેમાં પડતી તકલીફનું સ્તર તમારા અનુરૂપ હોય. જો કોઈ એક્ટિવિટી વધારે પડતી સહેલી કે અઘરી હશે તો પ્રવાહ શક્ય નહીં બને.

5. કોઈ પણ વિરામ વિના, રોજ કંઈ ને કંઈ જરૂર કરો

તમને વધારે થકવી નાંખે એવો વ્યાયામ ના કરશો. તમે દૂર સુધી ચાલવા જઈ શકો કે પછી સ્નાન કરતાં પહેલાં હળવી કસરત કરી શકો છો. દોરડાં કૂદી શકો છો. ગનબાતે માનસિકતા કહે છે કે,

તમારે સતત અઘરો વ્યાયામ ના કરવા જોઈએ. એના બદલે ધીમે ધીમે સહજતાથી કરતા રહીને લાંબાગાળાની જીત મેળવવી જોઈએ.

6. કોઈ મિત્ર કે સમૂહ સાથે ટ્રેનિંગ લો

તમે પર્સનલ કોચની મદદ લઈ શકો છો. કોઈ ક્લાસ કે યોગ સત્રમાં જોડાઈ શકો છો. પોતાના ફોનમાં મૅસેજિંગ એપમાં "ગનબાતે" નામથી એક ફોલ્ડર બનાવો. એમાં એ બધા મિત્રોને સામેલ કરો જે પોતાના શરીરને સાર-સંભાળ લેવામાં રસ ધરાવતા હોય. સાંજ પડતાં બધાએ મૅસેજ કરવાનો રહેશે કે એ દિવસે એમણે કયો વ્યાયામ કર્યો. જો તમે નજીક રહેતા હોવ તો વ્યક્તિગત રીતે પણ મળી શકો છો.

7. તમારા મન અને શરીર સાથે સંપર્ક સાધો, શ્વાસ લો!

હંમેશાં એવું થાય છે કે જ્યારે આપણે કોઈ શારીરિક એક્ટિવિટીના મધ્યમાં પહોંચીએ ત્યારે યોગ્ય રીતે શ્વાસ લેવાનું ભૂલી જઈએ છીએ. પોતાની શ્વાસ લેવાની રીત પર ધ્યાન આપો. આમ, તમારું મન અને શરીર એક થાય છે. શ્વાસ લેતા રહીને શરીરનો અનુભવ કરો અને મનને મુક્ત કરી દો.

8. વ્યાયામ પછી મળનારી ભાવનાઓનો આનંદ લો

વ્યાયામ કર્યાં પછી થોડો સમય ધ્યાન કરો અને પોતાના મન અને શરીરમાં ચાલી રહેલી ભાવનાઓને સમજો. શું તમે શારીરિક વ્યાયામ કર્યા પછી સારું અનુભવો છો? પ્રસન્નતા અને આરામની આ ભાવનાને પોતાની યાદોમાં રાખો. એ તમને ફરીવાર વ્યાયામ કરવાની અને ફરી એ જ જગ્યાએ પહોંચવાની પ્રેરણા આપશે.

9. નવી વસ્તુઓ અજમાવો

એવી કેટલીક રમતો અને એક્ટિવિટી હશે જે તમે ક્યારેય નહીં કરી હોય. માણસનો સ્વભાવ છે, એ નવી વસ્તુઓ તરફ આકર્ષાય છે. શક્ય છે કે તમને પણ તમારા માટે કંઈક નવું મળી જાય, જે તમારો નવો જુસ્સો બની જાય. ભલેને એ કામ તમને વધારે ના ગમ્યું હોય, પણ તમે એમાંથી કશુંક ચોક્કસ શીખી શકશો. જેને આવનારા સમયમાં ક્યાંય અમલમાં મૂકી શકાશે.

10. પોતાના શરીરને પ્રેમ કરો

પોતાના શરીરને એ જ રૂપમાં પ્રેમ કરતાં શીખો, જેવું તે છે. ભલેને વર્તમાનમાં તમારી સ્થિતિ ગમે તેવી કેમ ના હોય. દરેકના જીવનમાં ઉતાર-ચઢાવ આવે છે. તમારું શરીર છે, તમારું મન છે. પોતાની જાતને પ્રેમ કરો, શ્વાસ લો અને ધીમે ધીમે આ 10 નિયમોનું ચોક્કસપણે પાલન કરો.

ગનબાતે!

"પરંપરાગત રીતો અને પરંપરા મનને ગુલામ બનાવે છે — પછી તમે એક વ્યક્તિ નહીં — ઉત્પાદન બની જાઓ છો. તમારું મન હજારો ગઈકાલનું પરિણામ છે."

— બ્રુસ લી, સ્ટ્રાઇકિંગ થોટ્સ

"નક્કી કરો કે આજે તમે પોતાના વીતેલા કાલમાંથી બહાર આવી જશો, આવતીકાલમાં પોતાની કુશળતાને નિખારશો. ત્યારબાદ પોતાની કુશળતાને પૂર્ણતા સુધી લઈ જશો."

— મિયામોતો મુસાશી

31

મિયામોતો મુસાશી :
તમારા મનને જળમાં ફેરવો

હું જ્યારે પણ મારા ઘર નજીક બનેલા નાનકડા બગીચા પાસેથી પસાર થાઉં છું ત્યારે મોટાભાગે ત્યાં ઊભા રહીને શીશી-ઓડિશીને જોઉં છું. શીશી ઓડિશી એક પ્રકારનો જાપાની ફુવારો છે. એ જે રીતે કામ કરે છે, જેટલો સરળ છે એટલો જ સુંદર પણ છે: પાણી વાંસની એક નળીમાંથી વહે છે, જ્યાં સુધી એ એટલું ના ભરાઈ જાય કે નળી અસંતુલિત થઈ જાય. જ્યારે એ ભરાઈ જાય ત્યારે વાંસની નળી નીચે આવીને પથ્થર સાથે અથડાય છે.

એ વખતે એમાંથી સુખદ અને સંમોહિત કરનારો સંગીતમય ધ્વનિ નીકળે છે. હવે આ વાંસની નળી ખાલી હોવાથી પાછી ઉપર જાય છે અને એમાં પાણી ભરાવા લાગે છે.

આ અવિરત પ્રવાહ અને જળની અનુકૂલનક્ષમતા જોઈને મને મિયામોતો મુસાશીના તત્ત્વજ્ઞાનના સૌથી મહત્ત્વના ઘટક યાદ આવે છે. તે કદાચ ઇતિહાસના સૌથી વધારે પ્રખ્યાત રોનિન છે, જે માનવતા અને તલવાર બંને પર પ્રભુત્વ ધરાવતાં હતાં. એમની સૌથી પ્રસિદ્ધ કૃતિ, "ધ બુક ઑફ ફાઇવ રિંગ્સ" છે, જે પાંચ ચર્મપત્રો પર લખાઈ હતી અને દરેક તત્ત્વના આધારે એમનાં નામ આપવામાં આવ્યાં હતાં: ધરતી, જળ, વાયુ, અગ્નિ અને આકાશ.

જળ વિશે લખાયેલાં લખાણો મને ગમે છે. એમાં મિયામોતોએ જળની ઉપમા એ રીતે આપી છે કે એને તમે જીવનમાં પણ લાગુ કરી શકાય છે : આ એક આકાર વિનાનું તત્ત્વ છે, જેને તમે જે પાત્રમાં ભરો, તરત જ તેનો આકાર ગ્રહણ કરી લે છે.

એમના શબ્દોમાં :

"આધારમાં જળ હોય તો, ભાવના જળસમાન થઈ જાય છે. જળ પોતાના પાત્રનો જ આકાર લઈ લે છે. ક્યારેક એ ધીમે ધીમે ઝરે છે તો ક્યારેક દરિયાનું રૂપ લઈ લે છે."

મિયોમોતો મુસાસી યુદ્ધનાં દશ્યોનું માનસિક ચિત્રણ કરીને લખતાં હતાં, જેમાં સમુરાઈએ એક પ્રતિસ્પર્ધીનો સામનો કરવો પડતો, પરંતુ એમનું માનવું હતું કે યુદ્ધના મેદાનનું જ્ઞાન અને તત્ત્વજ્ઞાન જીવનનાં બધાં જ ક્ષેત્રોમાં વાપરી શકાય છે.

જો કે આકરા સમયમાં આપણે ખતાનાથી યુદ્ધ નથી કરવાનું હોતું, પરંતુ આધુનિક યુગમાં આપણા જીવનમાંથી કપરા સંજોગો સમાપ્ત ના થયા અને મનમાં સતત એ જ વિચાર ચાલે છે કે આપણે સંજોગોનો સામનો કરવાનો છે, તેથી આપણે શક્ય એટલો જલદી એનો ઉકેલ ઇચ્છીએ છીએ, પરંતુ સંઘર્ષથી ઇચ્છિત પરિણામ નથી મળતાં : એના બદલે, સૌથી શ્રેષ્ઠ એ જ છે કે જ્યારે આપણને વિરોધની જાણ થાય ત્યારે પોતાના વલણ મુજબ વર્તવું.

તમારું મન, ભાવના, વિચાર અને આકરા સંજોગો વચ્ચે પ્રતિક્રિયા આપવાની રીત... આ બધું પાણી જેવું હોવું જોઈએ.

જ્યારે પાણી આકાશમાંથી વરસાદરૂપે કે કોઈ વાસણમાં પડે છે ત્યારે અત્યંત હલનચલન પછી છેલ્લે તો શાંત અને સ્થિર ભાવથી પોતાના નવા પરિવેશમાં ઢળી જાય છે. જો આપણે પણ જળની આ

ભાવનાને સ્વીકારી શકીએ. જો આપણી ભીતર જળ જેવી ભાવના જન્મી તો આપણે કયારેય ચિંતા નહીં કરીએ. આપણને ખબર હશે કે આપણે ગમે તેવી પરિસ્થિતિમાં પોતાની જાતને એ મુજબ ઢાળી શકીએ છીએ.

મિયામોતો મુસાશીના મૃત્યુની કેટલીય સદીઓ પછી, પોતાના સમયના સૌથી પ્રસિદ્ધ માર્શલ આર્ટિસ્ટ બ્રૂસ લીએ એમના શબ્દોનું પુનરાવર્તન કર્યું. તેમણે પોતાના એક ઇન્ટરવ્યૂમાં મુસાશીની ઉપમાને ઉદ્દેશીને કહ્યું હતું કે, હું ફરી એકવાર એમના શબ્દોનું પુનરાવર્તન કરીશ :

> "એવાં પાણી બનો જે તિરાડોમાં પણ પોતાની જગ્યા બનાવી લે છે. હઠી ના બનો, એ વસ્તુ પ્રત્યે અનુકૂળ બનો અને તમને એની પાર જવાનો કે એમાંથી નીકળવાનો રસ્તો મળી જશે. જો તમારામાં કોઈ જડતા નહીં હોય, તો બાહ્ય વસ્તુઓ આપોઆપ જ અદૃશ્ય થઈ જશે."

> "પોતાના મનને ખાલી કરી દો. પાણીની જેમ આકારહીન બની જાઓ. તમે પાણીને એક ગ્લાસમાં નાંખો તો એ ગ્લાસનો આકાર લઈ લે છે. તમે એને બૉટલમાં ભરો તો એ બૉટલનો આકાર લઈ લે છે. તમે એને ચાની કીટલીમાં નાંખશો તો એ એનો આકાર લઈ લેશે. હવે પાણી પ્રવાહિત થઈ શકે છે અથવા ઢોળાઈ શકે છે. મિત્રો, પાણી જેવા બનો."

— બ્રૂસ લી

સમાયોજન જ સફળતાનું મૂળ તત્ત્વ છે. આ માટે આપણે પોતાની અપેક્ષાઓ અને પૂર્વ ધારણાઓથી મુક્તિ મેળવવી પડશે – જે કંઈ છે, તેને ઓળખવાની અને સ્વીકારવાની યોગ્યતા અને તે મુજબ જ જગ્યાને ભરવી, મનને મોકળું અને કેન્દ્રિત રાખો – એટલે કે પાણીની જેમ હોવું. આ જ વાત આપણને ગતિહીન બનવાને બદલે આગળ વધવાની પ્રેરણા આપે છે.

32

સ્ટોઇકવાદ અને ગનબાતે

વ્યક્તિગત અને સામાજિક રીતે જાપાનનો સ્વભાવ ઘણે અંશે પ્રાચીન ગ્રીક તત્ત્વજ્ઞાન સ્ટોઇકવાદ સાથે મળતો આવે છે.

સ્ટોઇક ફિલસૂફી એ વિચાર પર આધારિત છે કે વસ્તુ જેવી છે એને એ જ રીતે સ્વીકારવામાં આવે અને સ્વયંને ભાવનાઓ અને ઇચ્છાઓનાં પ્રવાહમાં તણાઈ જતાં રોકવામાં આવે, જે આપણને પ્રસન્નતા અને સમત્વના ભાવથી દૂર લઈ જઈ શકે છે.

સ્ટોઇક ફિલસૂફી અને જાપાની વિચારસરણીને પ્રભાવિત કરનારા અન્ય ધર્મ અને ફિલસૂફી જેવાં કે બૌદ્ધ ધર્મ, શિંતો ધર્મ તથા કન્ફ્યૂશિયસવાદ વગેરે બધામાં આ સિદ્ધાંત સામાન્યરૂપે જોવા મળે છે. આ આપણને શીખવાડે છે કે આપણે પોતાની જાતને નકારાત્મકભાવોથી મુક્ત રાખીને જીવનની દુખદ ઘટનાઓનો સામનો કરવો જોઈએ, કારણ કે નકારાત્મક આવેગ આપણા મન અને મસ્તિષ્ક પર હાવી થઈ શકે છે.

સ્ટોઇક ફિલસૂફી અને બૌદ્ધ ફિલસૂફી અંગે લોકોને એક એવી ગેરસમજ છે કે આપણે કોઈ પણ લાગણીનો અનુભવ કર્યા વિના જ પોતાના દુર્ભાગ્યને સહન કરવું પડશે, પરંતુ એવું નથી. સ્ટોઇક ફિલસૂફી અને બૌદ્ધ ફિલસૂફી – બંનેમાં આ પ્રકારની લાગણીઓનો અનુભવ કરવામાં આવે છે. આ નિર્વિકાર નથી, ચાવી એ છે કે તેઓ જાણે છે કે નકારાત્મક ભાવનાઓને દબાવીને, કેવી રીતે પરિસ્થિતિને પ્રત્યુત્તર આપવાનો છે.

લાગણીઓ અસ્થિર હોય છે અને ક્ષણ-પ્રતિક્ષણ બદલાય છે. જો તમને એવું લાગે કે નકારાત્મક લાગણીઓ તમને પોતાના વશમાં કરી રહી છે, તો માનસિક ચિત્ર બનાવો કે તે માત્ર મહેમાન છે, જે તમારી સાથે એક કપ ચા પીવા આવી છે અને ચા પીને જતી રહેશે. ભલે ને થોડો વખત તમારી સાથે રહે, પણ પછી તો એણે પાછા જવાનું જ છે.

કલ્પના કરો કે આખી રાત વરસાદ પડ્યા પછી તમારા રસ્તામાં એક ભેખડ આવીને પડી. જેને પાર કરીને તમારે શિખર પર પહોંચવાનું છે.

એક વિકલ્પ તો એ છે કે તમે હાર માનીને ઘરે પાછા જાઓ. જો કે એવું પણ શક્ય છે કે તમે ભેખડની બીજી તરફથી ફરીને નીકળો. જેવું સેનેકાએ કહ્યું છે : "મુશ્કેલીઓથી મન એવું મજબૂત બને છે જેમ શ્રમથી શરીર મજબૂત બને છે."

બરાબર આવું જીવન સાથે પણ થાય છે.
ભેખડો સતત પડ્યા કરે છે.
અવરોધો જીવનનું અનિવાર્ય અંગ છે.

જો તમે ભેખડોને પડતી રોકવાનો પ્રયત્ન કર્યો.
તો તમે હતાશ થઈ જશો.
જો તમે દર વખતે પડ્યા પછી રોકાઈ ગયા,
તો તમે ઉદાસ થઈ જશો.
જો તમે રસ્તાના અવરોધોને પાર કર્યાં વિના
વારંવાર પ્રારંભિક બિંદુ પર આવ્યા કરશો,
તો તમે નાખુશ થશો.

જો કે તમે દર વખતે અવરોધોને પાર કરતા રહ્યા,
આને એક તકના રૂપમાં જોતા રહ્યા

તો તમે મજબૂત બનતાં શીખશો.
જ્યારે કંઈક અયોગ્ય થશે
તો તમારા ઉકેલ વધારે પ્રભાવશાળી હશે.
ગમે તે થાય છતાં,
જાય છતાં, તમે સતત ચાલતા રહેશો,
તો તમે એક મનુષ્યના રૂપમાં વિકસિત થશો.

અવરોધો એક સારો સંકેત છે કે આપણે સાચા રસ્તા પર છીએ. જે વ્યક્તિ કદી ચાલે જ નહીં, માત્ર તે જ રસ્તાના પથરાઓમાં લથડિયાં ખાવાથી બચી શકે છે. તમે જે કોઈ પરીક્ષા આપશો, માર્ગમાં આવતા અવરોધો તમને વધારે તાકાતવર બનાવશે.

રસ્તામાં આવતાં અવરોધોને પાર પાડવા માટે સ્ટોઇક ફિલસૂફી અને ગનબાતેને ત્રણ સાદા નિયમોમાં વર્ણવી શકાય છે :

1. જે કંઈ બને છે, તેને જુઓ અને દરેક ક્ષણને સાચા મનથી અનુભવો : તમારું મિશન એ છે કે તમારે પ્રત્યેક અનુભવ માટે સજાગ રહેવાનું છે અને પોતાના નિર્ણય પર નકારાત્મક પ્રભાવને હાવી નથી થવા દેવાનો.
2. જો તમારા રસ્તામાં કોઈ અવરોધ કે દુર્ભાગ્ય આવે તો : ગનબાતે! તમારું મિશન એ નથી કે તમે સંકટ સમયે અટકી જાઓ. તમારે સતત આગળ વધવાનું છે, પછી જે થવું હોય તે થાય!
3. એ વાતોની ચિંતા ના કરશો, જે તમારા વશમાં નથી : જો સમસ્યા તમારા નિયંત્રણમાં હોય, તો ગનબાતે! આગળ વધીને એનો ઉકેલ લાવો! બીજી તરફ, જો સમસ્યા તમારા વશમાં ના હોય તો એના વિશે ચિંતા કરવાનું છોડી દો.

આ સાર્વત્રિક એક છે, આ હકીકતની સાબિતી એ સત્ય છે, જેને આપણે હંમેશાં સાચવતાં આવ્યા છીએ. સ્ટોઇક ફિલસૂફીથી લઈને કન્ફ્યૂશિયસ અને બુદ્ધ સુધી – બધા સંતો સમય અને કાળથી પર હતા, પરંતુ એ બધા માનસિક તરંગોથી જોડાયેલા હતા.

"ખુશ રહેવાનો માત્ર એક જ ઉપાય છે. એ બાબતોની ચિંતા છોડી દો, જે તમારી સંકલ્પશક્તિની બહાર છે."

– એપિક્ટેટસ

"તમારું જીવન એવું જ છે, જેવું તમારા વિચારો એને બનાવે છે. તમે એવા જ છો, જેવું તમે વિચારો છો"

– કન્ફ્યૂશિયસ

"તમારી પાસે બાહ્ય ઘટનાઓને નહીં, પરંતુ પોતાના મનને વશમાં રાખવાની તાકાત છે. આ શક્તિને ઓળખો, તમે વધારે શક્તિશાળી બની જશો."

– મારકસ આરીલિયસ

"આજે આપણે જે કંઈ પણ છીએ, એ એનું જ પરિણામ છે જે આપણે વિચાર્યું હતું. જો વ્યક્તિ ખરાબ વિચારે કે કરે છે તો એણે જીવનમાં મુશ્કેલીઓનો સામનો કરવો પડશે. જો તે સારી ભાવનાથી વિચારે અને કામ કરે, તો ખુશી હંમેશાં એની સાથે એવા પડછાયાની જેમ રહેશે, જે કદી એનાથી અલગ ના થાય."

– બુદ્ધ

33

તમારા શત્રુ જ તમારા પરમ મિત્ર છે

માંગા 'અશિતા નો જો' (આવતી કાલનો જો), 1968થી 1973ની વચ્ચે, 20 ભાગમાં પ્રકાશિત થનાર જાપાની લોકપ્રિય સંસ્કૃતિનું સૌથી પ્રભાવશાળી લેખન છે. (જાપાનીઝમાં 'માંગા'નો અર્થ કૉમિક્સ થાય છે.)

આ વાત ત્યાંથી શરૂ થાય છે, જ્યારે જો ટોક્યોના એક નગરમાં આવેલા અનાથાલયમાંથી ભાગી જાય છે અને રસ્તામાં એની એક દારૂડિયા સાથે ઝપાઝપી થાય છે. ઝઘડા પછી, છોકરાની કુશળતાથી પ્રભાવિત થઈ દારૂડિયો પોતાનો પરિચય આપે છે કે તે ડાનપેઈ નામનો એક રિટાયર્ડ બૉક્સર છે. તે એને ટ્રેનિંગ આપવાનો પ્રસ્તાવ મૂકે છે.

આ પહેલી ભેટ, જેમાં શત્રુ મિત્ર બની જાય છે, તે જ આખી વાર્તા માટેનો મંચ તૈયાર કરે છે.

ડાનપેઈ જોને ટ્રેનિંગ આપે છે અને તે એક વ્યાવસાયિક બૉક્સર તરીકે પોતાની કારકિર્દીની શરૂઆત કરે છે. જેમ જેમ વાર્તા આગળ વધે તેમ જોએ એકએકથી ચડિયાતા હરીફો સામે લડવું પડે છે અને પરિણામે તે વધારે મજબૂત થઈ જાય છે. જો કે કેટલીક બાબતોમાં તે પોતાના પ્રતિસ્પર્ધી કરતાં ઊણો ઊતરે છે, પરંતુ ગમે તે થઈ જાય એ કદી હાર નથી માનતો.

વર્લ્ડ બૉક્સિંગ ચેમ્પિયનશિપના ફાઈનલ સત્રમાં જો અને મેંડોઝા સાથેની છેલ્લી લડાઈ ચાલી રહી છે. એના બીજા બધા પ્રતિસ્પર્ધી પણ

મેચ જોવા આવે છે. આ બધા હવે એના શત્રુ નહીં, પણ મિત્રો બની ગયા છે. તેઓ એની હિંમત વધારવા અને એને લડતો જોવા આવ્યા છે.

મેંડોજા સાથેની સ્પર્ધામાં એને બહુ માર પડે છે અને પોતાની ફાઇટના અંતમાં એ થાકીને, ખૂણામાં મૂકેલા ટેબલ પર આવીને બેસી જાય છે. એની આંખો બંધ છે, પરંતુ એના હોઠ પર રહસ્યમય સ્મિત રમી રહ્યું હતું.

જો એ ટેબલ પર જ પ્રાણ ત્યજી દે છે, એણે હાર નથી માની અને એના ચહેરા પર સ્મિત છે.

'અશિતા નો જો' આપણને શીખવાડે છે કે ખરાબમાં ખરાબ સંજોગોમાં પણ હસતાં રહેવું જોઈએ, કદી હાર ના માનવી જોઈએ અને દુશ્મનને પણ મિત્ર બનાવી લેવા જોઈએ.

આ એક ટ્રેન્ડ બન્યો અને પછી ડ્રેગન બૉલ અને નરૂટો જેવી સિરીઝ પણ બની.

ડ્રેગન બૉલનું મુખ્ય પાત્ર ગોકુ પણ બહુ મોટા દુશ્મનનો સામનો કરે છે. આ દુશ્મન અનેક રીતે એનાથી સક્ષમ અને બળવાન છે, પરંતુ એ કદી હાર નથી માનતો. તે પોતાના મિત્રો અને શત્રુ સાથે સમાનભાવે વર્તે છે અને બધાનો આભાર માને છે. તે એવા ખલનાયકો માટે પણ કરુણા અનુભવે છે, જેમણે એના મિત્રની હત્યા કરી હતી. આનો અર્થ એ છે કે જેમ જેમ વાર્તા આગળ વધે છે તેમ તેમ બધા શત્રુ તેના મિત્ર બની જાય છે.

જો ની જેમ જ ગોકુ પણ, જીવન અને મૃત્યુ સાથે જોડાયેલી દરેક સ્થિતિમાં હસતો રહે છે. એની સારી રમૂજ ભાવના બાકીના લોકોને પણ બદલી નાંખે છે. માંગાના વાચકો કે દર્શકો પર પણ એની આવી જ અસર થાય છે.

ગત 50 વર્ષોમાં, આ એનીમે (અનલિમિટેડ ફિલ્મ) અને માંગા વાર્તાઓ (પ્રિન્ટેડ કાર્ટૂન) જાપાનીઓની અનેક પેઢીઓ માટે એક પ્રકારની લાગણી અને જીવનશૈલી ઘડવામાં સફળ રહી, સાથે જ આખી દુનિયામાં આને વાંચનારા અને જોનારા અનુયાયી બની ગયા છે.

આના નિયમોના સાર કંઈક આ મુજબ છે :

- કદી હાર ના માનશો.
- એક વ્યક્તિ તરીકે સતત વિકાસ કરો. જીતેલા કે હારેલા; બંને પ્રકારના યુદ્ધમાંથી લાભ લો.
- પોતાના દુશ્મન પાસેથી શીખો અને એમને પોતાના મિત્ર માનો, કારણ કે એ તમને કશુંક શીખવાડી રહ્યા છે.
- હસો અને કોઈ પણ સંજોગોમાં પોતાની રમૂજવૃત્તિ ટકાવી રાખો.

વર્ષ 2011માં આવેલા ભૂકંપ અને સુનામીની ઘટનાઓ પછી ડ્રેગન બૉલના લેખક અકીરા ટોરિયામાએ ગોકૂ અને અરેલ (એમના સૌથી લોકપ્રિય નાયક પાત્ર)નું ખાસ ડ્રોઇંગ બનાવ્યું જેમાં પ્રોત્સાહિત કરનાર આ સંદેશ લખેલો હતો :

“આપદાગ્રસ્ત બધા પીડિતો માટે,
આ સમય ખૂબ કપરો છે,
પરંતુ ગમે તે રીતે
શક્ય એટલા પ્રયત્ન કરો અને હાર ના માનશો,
ગનબાતે કુદસઈ!”

34

જેને જોઈ શકાતું નથી, પણ અનુભવી શકાય છે

યુરોપ જનાર જાપાની વ્યક્તિ સૌથી પહેલાં એ જ જુએ છે કે શહેરમાં ઐતિહાસિક ઇમારતોના આગળના ભાગ કેટલા ભવ્ય છે. તે એ રીતે બનાવાઈ છે કે જોનારને પ્રભાવિત કરી શકે.

આનાથી વિપરીત જાપાનમાં બાંધકામ સરળ અને નાનું હશે. ત્યાં જગ્યાઓની આંતરિક સજાવટને વિશેષ મહત્ત્વ આપવામાં આવે છે અને એ ભાગો પર વધારે ધ્યાન આપવામાં આવે છે, જે મોટાભાગે વણજોયેલા રહી જતાં હોય, જેમ કે ઘરનો પાછળનો ભાગ કે અંદરનો બગીચો, જેની પ્રશંસા માત્ર એમાં જનારાઓ જ કરી શકે છે.

કોઈ એવી વસ્તુની સુંદરતા માટે ઊર્જા વાપરવાનો શું અર્થ છે, જેને કોઈ જોવા નથી જવાનું? અનેક પશ્ચિમવાસીઓને આ સંસાધનોનો બગાડ લાગે છે, પણ જાપાનીઓ માટે આ ગનબાતેનું એક રૂપ છે, દરેક કામને ચોકસાઈથી કરવું, ભલેને કોઈ એને જોતું પણ ના હોય.

હું જ્યારે ક્યોટોની ગલીઓમાંથી પસાર થઉં છું ત્યારે પરંપરાગત મચિયા ઘરના (પરંપરાગત લાકડાનાં બનેલા ટાઉન હાઉસ) આગળના ભાગ બહુ જ સાદા અને આડંબરહીન દેખાય છે. એના દરવાજા અને બારીઓ વાંસની પટ્ટીઓના બનેલા પડદાઓથી ઢંકાયેલા હોય છે. જાણે આગંતુકોને કહેતાં હોય કે, “આ ખાનગી જગ્યા છે.”

જો કે આની સાથે હું એ જાણવા પણ આતુર છું કે એ ઘર અંદરથી કેવાં દેખાય છે. એની આસપાસ એક રહસ્યમયી આભા હોય છે. ઘરની

દીવાલો ભલે સાદી હોય, પરંતુ એ ઘરમાંથી ઝીણવટભર્યા કામ માટેનો સ્નેહ જોવા મળે છે અને એ જ એની આસપાસ એક ગુપ્ત સુંદરતાનું આવરણ રચે છે. ભલે કશું દેખાતું ના હોય, પણ તેને અનુભવી શકાય છે.

આ કંઈક એવું છે જેને અકીરા કુરોસાવા સારી રીતે સમજતા હતા, આ પુસ્તકમાં આગળ મેં એમના પર આખું પ્રકરણ લખ્યું છે. ફિલ્મ અકાહાઈગ (લાલ દાઢી) માટે એમણે એક ગ્રામીણ ક્લિનિક ઊભું કર્યું હતું, જો કે એમાંથી કેટલાક ભાગોનો જ ઉપયોગ કરવામાં આવ્યો હતો. એના ડ્રોઅર અને કબાટમાં દવાઓ અને મેડિકલનાં સાધનો મૂકવામાં આવ્યા, પણ મૂવીમાં ક્યાંય એને ખોલવામાં ના આવ્યાં.

કુરોસાવાનું માનવું હતું કે એ ડ્રોઅરમાં મૂકેલી ઇન્જેક્શનની સોયમાં અભિનેતાને એક પ્રકારનો અહેસાસ આપવાની ક્ષમતા હતી અને આ અહેસાસથી તે અલગ રીતે અભિનય કરશે. થિયેટરમાં જનારા લોકો આ અંતરને જાણી લેશે.

હંમેશાં કોઈ કામ પૂર્ણ કરતી વખતે એ બારીકાઈઓ પર ધ્યાન આપવાનું છોડી દઈએ છીએ, જે કદી દેખાવાની નથી, પરંતુ એક માણસ તરીકે આપણને સમજાઈ જાય છે કે એ કામમાં સરખી મહેનત કરવામાં આવી છે કે નહીં. તેથી જ તમારે કોઈ પણ કામમાં ફિનિશિંગ ટચને અધૂરો ના છોડવો જોઈએ.

જો તમારા ઘરે મહેમાન આવવાના હોય તો માત્ર એક્સ્ટ્રા બેડરૂમને જ સાફ ના કરો : તમારું આખું ઘર સાફ હોવું જોઈએ. જો તમે પુસ્તક લખતાં હોવ તો ખાલી પહેલું પ્રકરણ જ મહત્ત્વનું નથી. જો તમે કોઈને મળવા માટે જતાં હોવ તો માત્ર પોશાકનું જ મહત્ત્વ નથી હોતું. બાકીનો મેકઅપ, એટલે સુધી કે અંતર્વસ્ત્ર પણ અગત્યનાં છે.

તમે આનો અનુભવ કરશો અને રહસ્યમયી રીતે બીજા લોકો પણ આનો અનુભવ કરી શકશે.

35

રમત અને દોડવીર

1968ના ઑલિમ્પિક સુધી, ખેલાડી તથાકથિત "દસ સેકન્ડવાળા અવરોધ"થી ઘેરાયેલા હતા. એવું માનવામાં આવતું હતું કે આટલા ઓછા સમયમાં 100 મીટરની દોડ પૂરી કરવી અશક્ય છે.

આ અશક્યને અમેરિકાના જિમ હાઈન્સે શક્ય બનાવ્યું. તેમણે 9.95 સેકન્ડમાં આ રેકોર્ડ તોડીને આખી દુનિયાને ચકિત કરી દીધી.

જ્યારે આ રેકોર્ડ બની ગયો તો મનોવૈજ્ઞાનિક અવરોધ પણ તૂટ્યો અને 1977માં જ એક ખેલાડી સિલ્વિયો લિયોનાર્ડે દસ સેકન્ડમાં આ અંતર પાર કર્યું. બસ, ત્યારથી જ બીજા ખેલાડીઓ સમજી ગયા કે હાઈન્સની મહાન ઉપલબ્ધિ અનેરી અને અતિમાનવીય નહોતી અને ત્યારથી 10 સેકન્ડવાળા અવરોધને તોડવાનો દોર શરૂ થઈ ગયો. 1983માં કાર્લ લુઈસે 9.93 સેકન્ડમાં આ અંતર પાર કર્યું. એના એક મહિના પછી 3 જુલાઈએ કેલ્વિન સ્મિથે આ અંતરને 9.93 સેકન્ડમાં પૂરું કર્યું.

આપણે આ વાતને કેવી રીતે વ્યાખ્યાયિત કરીશું કે આટલાં વર્ષો સુધી, જે કામને કોઈ પૂરું નહોતું કરી શકતું, તેને જ દુનિયાના ખેલાડીઓ સ્પર્ધામાં અને ઑલિમ્પિકમાં આટલી સરળતાથી કેવી રીતે કરવા લાગ્યા?

શું આ ખેલાડીઓ એ ખેલાડીઓ કરતાં વધારે ટ્રેઇન થયેલા હતા, જે આ અવરોધને પાર નહોતા કરી શક્યા?

બિલકુલ નહીં. એમના પ્રયત્ન તો સારા જ હતા. પરંતુ જિમે એ માનસિક બંધન તોડ્યું, જે કહેતું હતું કે આ કામ કોઈ નહીં કરી શકે. જ્યારે એણે બતાવ્યું કે આ કામ શક્ય છે અને ક્યૂબાના સિલ્વિયો લિયોનાર્ડએ વિશ્વાસ અપાવ્યો કે આ કોઈ ચમત્કાર નહોતો તો બીજા દોડવીરોએ પણ પોતાની જાતને દસ સેકન્ડથી ઓછા સમયમાં આમ કરવાની પરમિશન આપી.

રોમન યુગમાં, સમ્રાટ અને તત્ત્વજ્ઞાની મારકસ ઑરેલિયસે કહ્યું હતું : "જો તમને સોંપાયેલા કોઈ કામ અંગે તમને એવું લાગતું હોય કે એ કામ તમારી ક્ષમતા બહારનું છે, તો એવું ના માની લેશો કે એ કામ માનવીય તાકાત બહારનું છે. જો કોઈ અન્ય માણસ એ કામ કરવામાં સક્ષમ હોય તો વિશ્વાસ કરો કે એ કામને તમે પણ સંભવ કરી શકો છે."

તેથી જ કોઈ રેકોર્ડને તોડવા માટે સતત પ્રયાસ ઉપરાંત એવો વિશ્વાસ પણ હોવો જોઈએ કે આવું કરી શકાય છે. સૌથી પહેલો અને મહત્ત્વપૂર્ણ અવરોધ મનમાં જ હોય છે.

આર્જેન્ટિનાના એક ડૉક્ટર જોર્ગી બુકે સર્કસના એક મહાકાય હાથીની વાર્તા કહે છે, જેને દરેક શોમાં શક્તિ પ્રદર્શનના ખેલ કર્યાં પછી જમીનમાં ફસાવેલા એક નાનકડા ખૂંટા સાથે બાંધવામાં આવતો હતો.

આ લાકડાનો ટુકડો જમીનમાં એક કે બે ઇંચ સુધી અંદર ખૂંપેલો હતો. જો એ હાથીએ ઇચ્છ્યું હોત તો એને સહેલાઈથી તોડી શક્યો હોત અને બધાના જીવ જોખમમાં આવી જાત.

તો એણે કદી કેમ એવું ના વિચાર્યું?

જવાબ સરળ છે કે એને પેલા ખૂંટા સાથે ત્યારથી બાંધવામાં આવે છે જ્યારે એ બહુ નાનો હતો. એ વખતે એણે એને છૂટવાના અનેક નિષ્ફળ પ્રયત્ન કર્યાં હશે અને પછી એ દિવસ આવી ગયો જ્યારે

એના તમામ પ્રયત્નો પછી એણે માની લીધું કે આ કામ એ નહીં જ કરી શકે અને પોતાને નસીબના સહારે છોડી દીધો.

સમયની સાથે-સાથે હાથી મોટો થતો ગયો, એની તાકાત પણ વધી અને એનું વજન પણ ત્રણગણું વધી ગયું, પરંતુ એ એવા વિચાર સાથે જ ખૂંટે બંધાયેલો રહ્યો કે એ એને નહીં તોડી શકે. હવે હાથી એ ખૂંટાને તોડીને આરામથી મુક્ત થઈ શક્યો હોત, પણ એ વાતની એને ખબર જ નહોતી.

આપણે પણ જીવનમાં આવા અનેક ખૂંટે બંધાયેલા હોઈએ છીએ, કારણ કે આપણે પોતાના જૂના વલણને ભૂલી નથી શકતા, “હું આ ના કરી શકું”. તમારો મનોવૈજ્ઞાનિક “દસ સેકન્ડવાળો અવરોધ” કયો છે. એકવાર એ અવરોધને પાર કરવાની હિંમત કરો.

36

ટીમ હોઈટ

લાંબા ગાળાના પ્રયત્નોની વાત હોય તો આપણે પ્રેમના વિષયને કેવી રીતે ભૂલી શકીએ. વર્ષો પહેલાં મને એક ખાનગી વાત જાણવા મળી, જે મારે તમને કહેવી છે, કારણ છે કે તે અસાધારણ માનવમૂલ્યો અને વ્યક્તિગત પ્રેરણાનું ઉત્કૃષ્ટ ઉદાહરણ છે.

આ એક ભૂતપૂર્વ અમેરિકન સિપાહી ડિક હોઈટની વાત છે. વર્ષ 1962માં તેમના પુત્ર રિકના જન્મ પછી એમનું આખું જીવન બદલાઈ ગયું. તે સેરિબ્રલ રોગ સાથે જન્મ્યો હતો; તે બોલી નહોતો શકતો, ચાલી નહોતો શકતો અને એટલે સુધી કે પોતાને અભિવ્યક્ત કરવા માટે હાથ-પગ પણ નહોતો હલાવી શકતો.

12 વર્ષની ઉંમરે એણે કોમ્પ્યૂટર પ્રોગ્રામની મદદથી વાતચીત કરવાનું શરૂ કર્યું, આ પ્રોગ્રામ માથાના હલનચલનને શબ્દોમાં અને વાક્યોમાં રૂપાંતરિત કરતો હતો. તેણે પોતાની સિસ્ટમ પર પહેલાં જે શબ્દો કહ્યા, તે હતા "ગો બ્રૂઇન્સ!" તે પોતાની સ્થાનિક હૉકી ટીમને પ્રોત્સાહિત કરી રહ્યો હતો.

આનાથી માતા-પિતાને લાગ્યું કે બાળકને રમત-ગમતમાં રસ છે, તેમણે ડૉક્ટરે કહેલી વાતને અવગણી કે રિક કોઈ શાકભાજીની જેમ એક ખૂણામાં પડ્યો રહેશે.

અને ત્યાંથી જ રોમાંચની શરૂઆત થઈ.

ડિક હોઈટે પોતાના દીકરા સાથે એક ટીમ બનાવવાનું વિચાર્યું, જેમાં તે દેશની સૌથી અઘરી મેરેથોન અને ટ્રાઈથૈલન માટે ટ્રેનિંગ લઈ શકતો હતો. આમ કરતી વખતે તેઓ રીકને છકડાગાડીમાં એ રીતે ધકેલતા જાણે એ કોઈ બાળક હોય.

ટીમ હોઈટ 1977માં ડિક અને રિકની પહેલી દોડથી પ્રખ્યાત થઈ ગઈ. જનતા અને સહભાગી એ જોઈને ચકિત થઈ ગયા કે પિતા પોતાના 150 પાઉન્ડ વજનવાળા દીકરાને પોતાના બાઇકની આગળની સીટ પર બેસાડીને લઈ જતા. તે તરતા રહીને એને પોતાની પાછળ આવતી નાવમાં ખેંચતા અને મેરેથોન પ્રસંગોમાં એની વ્હીલચેર ધકેલતા હતા.

એ બંનેએ મળીને 1000થી વધુ સ્પર્ધાઓમાં ભાગ લીધો, જેમાં 250 ટ્રાઈથૈલન અને 6 આયરનમેન ઇવેન્ટ્સ પણ હતી. આ બધું મળીને કુલ મેરેથોનના 26.2 માઈલ, સાઇક્લિંગના 112 માઈલ અને સ્વિમિંગના 2.4 માઈલ થયા. આ બધું અટક્યા વિના, પોતાના દીકરાના વજન સાથે કરવામાં આવ્યું અને સૌથી મોટી ખાસિયત તો એ હતી કે એમણે બહુ ઓછા સમયમાં આટલી બધી સ્પર્ધાઓ પૂરી કરી હતી.

ડિકે રિક સાથે આવા અતિમાનવીય લાગતા અસાધારણ કામ કેવી રીતે કર્યાં?

આનો સંભવિત જવાબ એ જ હોઈ શકે કે તે પ્રેમની શક્તિથી પ્રેરિત હતાં.

ડિક પોતાના પુત્રના માધ્યમથી સંદેશ આપવા માગતા હતા કે જીવનમાં કશું જ અશક્ય નથી હોતું અને ખરેખર તેમનો સંદેશ લોકો સુધી પહોંચી રહ્યો હતો. રિકે હાઈસ્કૂલ પૂરી કરી અને પછી બોસ્ટન યુનિવર્સિટીમાંથી સ્પેશિયલ એજ્યુકેશનમાં સ્નાતક થયો. તેણે પોતાના

કમ્પાર્ટમેન્ટમાં એકલા જીવતાં શીખી લીધું અને બોસ્ટન કૉલેજમાં કામ કરવા લાગ્યો.

આ સુપરહ્યુમન એટલે કે અતિમાનવીય પ્રયાસોનું એવું ઉદાહરણ છે, જે આપણને સમજાવે છે કે આપણી કલ્પના કોઈ પણ કામની મર્યાદા કરતાં ઉપર છે. જેવું પ્લેટોએ કહ્યું છે, એવું કોઈ નથી જે પ્રેમને લાયક ના બની શકે.

37

મેરેથોન દોડવીરની માનસિકતા

490 બીસીઈમાં એથેન્સથી 26 માઈલ સુધી દોડીને ફિડીપીડસ એ સમાચાર આપવા ગયો હતો કે ગ્રીકવાસીઓએ પર્શિયા પર વિજય મેળવી લીધો છે અને ત્યાં પહોંચતાં જ થાકના લીધે એ મૃત્યુ પામ્યો હતો. આ સૌથી અઘરી રમતો પૈકી એક રમતનું પ્રારંભિક બિંદુ હતું, જેના માટે સૌથી વધારે માનસિક અને શારીરિક ટ્રેનિંગની જરૂર હોય છે – જે લાંબા ગાળાના ધ્યેયને પ્રાપ્ત કરવા માટે જોઈએ.

આપણે મેરેથોન દોડનારાઓની ચોક્કસ અને સખત શારીરિક તાલીમની વિગતોમાં નહીં જઈએ, પરંતુ સ્પર્ધાના એ ભાગ પર ધ્યાન આપીશું જ્યાં વધારે ધ્યાન જતું નથી – એક ખેલાડીની માનસિક તૈયારી.

આ ભાવનાત્મક તબક્કાઓને જાણવાથી આપણને આપણી યોજનાની, "ફિનિશ લાઇન" સુધી પહોંચવામાં મદદ મળી શકે છે.

ટૉમસ વિચ પોતાના પુસ્તકમાં લખે છે, 'વૉટ હેપન્સ ઇન ધ માઇન્ડ ઑફ એ મેરેથોન રનર' (2002), મેરેથોન દરમિયાન કેટલાક એવા તબક્કાઓ પણ છે, જે મનના થાક સાથે જોડાયેલા છે :

તબક્કો	મિલ	વિવરણ
ઉત્સાહ	0-4	રેસ પૂર્વેના સકારાત્મક વિચાર, પ્રસન્નતા
વાતચીત	4-10	સાથીઓ સાથે વાતચીત, ઝડપ વધારવી
પરિવહન	10-15	તટસ્થ અવસ્થા
નિષ્ક્રિયાવસ્થા	15-20	પડકારની શરૂઆત: થાક, બેચેની, શારીરિક અને માનસિક કષ્ટ
વેદના	20-26	વેદના અને બેચેની, માનસિક થાક
આનંદ	અંતિમ અંતર	જોશમાં વધારો, ફિનિશ લાઇન દેખાવા લાગી છે.

પોતાની માનસિક શક્તિ વધારવા માટે દોડવીર કેટલીય તકનિકોનો ઉપયોગ કરે છે, જેને નિખારી શકાય છે અને વ્યવહારમાં મૂકી શકાય છે.

દાખલા તરીકે કેટલાક ખેલાડીઓ પોતાના વિચારોને રોકીને સ્વયંને સૂચનો આપે છે અથવા પોતાના ધ્યાનને પુનઃકેન્દ્રિત કરે છે, કારણ કે મન જ સૌથી મોટો અવરોધ બની શકે છે અથવા તો આને જ સૌથી મોટી તાકાત બનાવી શકાય છે.

ડબ્લ્યુ. મૉરગન અને એમ. પોલકે 1977માં કરેલા એક અભ્યાસ, "સાઇકોલૉજિક કરેક્ટરાઇઝેશન ઑફ એલીટ ડિસ્ટેન્સ રનર" (એનલ્સ ઑફ ન્યૂ યૉર્ક એકેડમી ઑફ સાયન્સિસ, ઑક્ટોબર 1977)માં બે પ્રકારની રણનીતિઓ વચ્ચેનો ભેદ રજૂ કરવામાં આવ્યો હતો.

- ઍસોસિયેટિવ : પોતાના સમગ્ર ધ્યાનને દોડ પર કેન્દ્રિત કરવું, સ્વયં સાથે સંવાદ કરતા રહીને ચોક્કસ સંવેદના પર વિચાર કેન્દ્રિત કરવા કે પછી મેરેથોન વિશે વિચારવું. આ સ્થિતિમાં દોડવીર પોતાની બધી ઇન્દ્રિયોને શ્વસન, પોતાની નાડીની ગતિ અને સ્નાયુઓ પર કેન્દ્રિત રાખે છે.
- ડિસઍસોસિયેટિવ : પોતાના મનને જાણીજોઈને દોડમાંથી અલગ કરવું. કોઈ સંગીત કે બાહ્ય દૃશ્ય પર પોતાનું ધ્યાન કેન્દ્રિત કરવું. પોતાનાથી અલગ કરવાનો ઉદ્દેશ્ય એ જ છે કે શરીરમાંથી મળી રહેલી ચેતવણીઓને અવગણીને થાક કે બેચેનીના સંકેતો તરફ દુર્લક્ષ કરી શકાય.

જો કે આ એ રણનીતિઓનો એક અંશ માત્ર છે, જે કોચ પોતાના દોડવીરોને શીખવાડે છે. મનોવૈજ્ઞાનિક તાલીમમાં બીજાં પણ અનેક સાધનો હોય છે, જેનાથી ખેલાડીઓની યોગ્યતા વધારી શકાય છે. આપણે જ્યારે કોઈ સ્પર્ધા ના હોય ત્યારે પણ આ સાધનો અમલમાં મૂકી શકીએ છીએ. જો આપણે કોઈ મહત્ત્વાકાંક્ષી હેતુ પાર પાડવો હોય તો આ રણનીતિઓ મદદ કરી શકે છે.

આવો, એમાંથી કેટલાંકને જાણીએ :

- આત્મનિર્દેશ : જો તમે દોડમાં એકલા હોવ તો મુશ્કેલીઓ સામે ઝઝૂમતા રહીને, પોતાની સાથે સકારાત્મક વાતો કરો અને પોતે જ પોતાના માર્ગદર્શક બનો.

- તમારા માટે નાનાં-મોટાં લક્ષ્ય નક્કી કરો : લાંબા ગાળાના ઉદ્દેશ્યોને નાના ભાગમાં વહેંચી લેવાથી તમે રોજેરોજ પોતાના લક્ષ્યની નજીક પહોંચતા જશો.
- શારીરિક અને માનસિક આરામ : આ રીતે તમે તમારી પ્રવૃત્તિના સ્તરને નિયંત્રણમાં રાખીને, તમારી બેચેનીને ઓછી કરી શકો છો.
- માનસિક ચિત્ર : તમારા મનમાં ચિત્ર તૈયાર કરો કે તમારી સામે કેવી મુશ્કેલીઓ આવી શકે છે અને તમે એનો સામનો કેવી રીતે કરશો. આ સાથે જ તમારે ફિનીશ લાઇન પણ જોવી જોઈએ. આ આવનારી સમસ્યાઓનો સામનો કરવા માટેની સારી સિસ્ટમ હશે.
- એકાગ્રતાની ટેક્નિક : તમને બરાબર ખબર હોવી જોઈએ કે તમારે મહત્ત્વપૂર્ણ ઉત્તેજન અને જેની ઉપેક્ષા શક્ય છે એ વસ્તુઓ વચ્ચે અંતર કેવી રીતે રાખવાનું છે. જો તમે આ બાબતો પર ધ્યાન આપી શક્યા તો પોતાના ધ્યેય સુધી પહોંચવાનું સહેલું બની જશે.

આ રણનીતિઓ તમારા પ્રયાસોને આદર્શ બનાવવાની સાથે સાથે આત્મવિશ્વાસ પણ આપે છે. આપણને એ બધી વસ્તુઓથી દૂર રાખે છે, જે આપણા ધ્યેયપ્રાપ્તિ માટે હાનિકારક હોઈ શકે છે.

તમે નજીકના ભવિષ્યમાં કઈ મેરેથોન દોડ વિશે વિચારી રહ્યા છો – ભલેને એ કોઈ પણ પ્રકારની કેમ ના હોય!

38

બીજા બાણથી મુક્તિ મેળવો

હું બીજા લોકો કરતાં અલગ નથી; ઘણીવાર હું ઉદાસીનતા અને દુવિધાઓ વચ્ચે ઘેરાઈ જઉં છું, પરંતુ જ્યારે પણ મારા મનમાં આવી ભાવનાઓ જન્મે છે ત્યારે હું એમને ઓળખવાનો પ્રયત્ન કરું છું.

આવા સમયમાં મને 14મી સદીના ભિક્ષુ યોશીદા કેનકોના શબ્દો યાદ આવે છે, જે સહાનુભૂતિની ઉપેક્ષા કરતા હતા.

> "એક વ્યક્તિ ધનુર્વિદ્યા શીખતો હતો. નિશાન તાકવા માટે એણે હાથમાં બે તીર લીધાં. એના ગુરુએ કહ્યું કે, શરૂઆતમાં અભ્યાસ કરતી વખતે બંને બાણ હાથમાં ના લઈશ. જ્યાં સુધી બીજા બાણ પર ભરોસો હશે ત્યાં સુધી પહેલા બાણ પણ બેદરકારી ચાલુ રહેશે."[2]

કેટલું સરસ અવલોકન!

જ્યાં સુધી આપણા અચેતન મનને ખબર છે કે આપણી પાસે બીજું તીર છે ત્યાં સુધી આપણા ધ્યાન અને સમર્પણનો અભાવ રહેશે અને આપણે ચોક્કસપણે પહેલા તીરથી નિશાન નહીં તાકી શકીએ.

જો આપણે જાણતા હોઈએ કે કોઈ પ્રસંગમાં કંઈક ભૂલ થાય તો આપણી પાસે બીજો કે ત્રીજો વિકલ્પ છે તો આપણા વલણમાં

ઢીલાશ આવશે. આપણું અચેતન મન આપણને પહેલા પ્રયત્ન પર કેન્દ્રિત નહીં થવા દે અને પહેલા પ્રયત્ન દરમિયાન નિષ્ફળ જવાની શક્યતા વધી જશે.

ઘણા સફળ ઉદ્યાગસાહસિકો આ વાતને સમજે છે કે જો પહેલાં પ્રયત્નમાં યોગ્ય રીતે કામ ના કર્યું તો દેવાળું ફૂંકાઈ શકે છે. તેથી જ એ પોતાના રોજિંદા કામમાં એટલી ઊર્જા વાપરે છે કે દરેક કામમાં સફળ થવાની સંભાવનાઓ વધી જાય છે.

જો પહેલીવારમાં સફળતા મળે તો એ સંભાવના વધી જાય છે કે આપણે એ સફળતાનો સ્વાદ ફરી ચાખી શકીએ. પરંતુ એવું બિલકુલ નથી, આમ તો આ સાંભળવામાં વિરોધાભાસ લાગશે – પરંતુ એવા ઉદ્યોગસાહસિકોને શોધવા મુશ્કેલ છે જેમણે સતત બીજી કે ત્રીજીવાર સફળતા મેળવી હોય.

આવું શા માટે? કંપનીઓ પાસે રિઝર્વ પૂંજી હોઈ શકે છે – જે એમનું બીજું બાણ હોય છે – અને એટલે જ એ લોકો નિશ્ચિંત રહે છે.

તમને જ્યારે પણ તક મળે, તો એક બાણથી નવા પડકારોનો સામનો કરો.

તમે આ જ નિયમને રમત, વ્યવસાય, ડાયેટ કરવામાં કે પછી પ્રેમ કરવામાં પણ લાગુ કરી શકો છો. જો તમારી પાસે વધારાનાં બાણ હોય તો એને એક તરફ મૂકી રાખો. તમારા દિવસની કલ્પના કંઈક એ રીતે કરો કે જાણે તમે રોજે સફળતા મેળવવા માટે નવેસરથી શરૂઆત કરતા હોવ.

2. From Essays in Idleness: 2 from Essays in Idleness: The Tsurezuregusa of kenko by yoshidakenko, First published in 1332 (https://www.goodreads.com/book/show/321596. Essays_in_Idleness)

39

પ્રેમનો લાંબો પથ

વર્ષ 2000ની આસપાસ, યહૂદી સમાજશાસ્ત્રી જિગ્મંટ બઉમૈને લિક્વિડ લવ પર ચર્ચા શરૂ કરી, જે આપણા પૂર્વજોની મજબૂત સંબંધની ભાવનાથી વિપરીત હતી. અગાઉની પેઢીઓમાં, જેમ જીવન જીવવા માટે નોકરી જરૂરી હતી, તેમ તે સમયના લગ્ન પણ આજીવન રહેનારા સંબંધ હતા.

આપણી આ તરલ આધુનિકતામાં સંબંધ માત્ર વાપરીને ફેંકી દેવાની વસ્તુ બની ગયા છે. આપણી પાસે હતાશાને સહન કરવાની શક્તિ નથી અને નાનકડી મુશ્કેલી સામે આવતા જ આપણે હારી જઈએ છીએ. લગ્નઇચ્છુક માટે બનેલા વેબસાઇટના મોટા બજાર તમને તરત જ તમારા સાથીનો વિકલ્પ પસંદ કરવાની તક આપે છે.

તેથી પ્રેમ માટે કોઈ પ્રયત્ન નથી કરવો પડતો, જે આ પુસ્તકની ફિલસૂફીથી વિપરીત છે. જો તમે ગાઢ પ્રેમની ચાવી શીખવા માગતા હોવ તો તમારે અમેરિકાના જેલમાઈરા અને હર્બર્ટ ફિશર વિશે જાણવું પડશે, જે છેલ્લાં 87 વર્ષથી પરણીત હતા અને 2011માં હર્બર્ટ મૃત્યુ પામ્યાં.

એક વર્ષ પહેલાં, પ્રેમની મેરેથોનમાં જીત મેળવવાનું રહસ્ય જણાવતા તેમણે કહ્યું હતું કે, તેઓ એકસાથે અનેક પ્રસંગોના સાક્ષી રહ્યાં છે, જેમ કે 1929માં ગ્રેટ ડિપ્રેશન, બીજું વિશ્વ યુદ્ધ, કોરિયા અને વિયેતનામનું

યુદ્ધ વગેરે. એમના લગ્નજીવનમાં એમણે પંદર યુ.એસ. પ્રેસિડન્ટને વ્હાઇટ હાઉસમાં આવતાં-જતાં જોયા છે.

2011માં – તેઓ એક એવા યુગલનો ગિનીઝ વર્લ્ડ રેકોર્ડ બનાવ્યો, જેઓ સૌથી લાંબા સમય સુધી સાથે રહ્યા – તેમણે પોતાના ટ્વીટર એકાઉન્ટ પર ફોલોઅર્સના પ્રશ્નોના ઉત્તર આપ્યા. એમાંથી ચાર જવાબો અહીં પ્રસ્તુત છે :

તમે કેવી રીતે જાણ્યું કે તમને સાચો સાથી મળી ગયો?
"અમે એક સાથે મોટાં થયાં અને લગ્ન પહેલા સારા મિત્ર હતા. એક મિત્ર હંમેશા માટે હોય છે, અમારું લગ્નજીવન આજીવન ચાલ્યું."

શું લગ્નના 80 વર્ષ પછી તમે કશું બદલવા માગો છો?
"અમે કશું બદલવા નથી માગતા. અમારા લગ્ન જીવનની કોઈ રહસ્યમય ચાવી નથી – અમે માત્ર એ જ કર્યું જે અમારે અમારા માટે અને અમારા પરિવાર માટે કરવાનું હતું."

લગ્ન સમયે તમને સૌથી સારી સલાહ કઈ આપવામાં આવી હતી ?
"એક-બીજાનો આદર કરો. એકબીજાને માન આપો અને પરસ્પર સંવાદ બનાવી રાખો. પ્રામાણિક અને નિષ્ઠાવાન રહો. એકબીજાને સાચા હૃદયથી પ્રેમ કરો."

તમે બંને એક વ્યક્તિ તરીકે વિકસિત થતાં રહીને, એકસાથે કેવી રીતે રહી શક્યા?
"એકસાથે વાવ્યું અને એકસાથે લણીને ઉત્સવ મનાવ્યો. અમે ભલે અલગ વ્યક્તિત્વ હોઈએ, પણ સાથે મળીને કંઈક વધારે પ્રાપ્ત કરી શકાય છે."

40

દીર્ઘકાલીન પ્રેમ માટેના દસ ગનબાતે નિયમ

1. યોગ્ય પસંદગીથી કરો પ્રારંભ

ઘણાં યુગલ લાંબો સમય સાથે નથી રહી શકતાં, કારણ કે તેઓ શરૂઆતથી જ ઉતાવળમાં હોય છે. સમયની સાથે એ સ્પષ્ટ થશે કે કયાં વ્યક્તિત્વ અનુકૂળ નથી, તેથી જ કોઈની સાથે વચનબદ્ધ થતાં પહેલાં આપણે એ જોવું જોઈએ કે આપણે એક જ પથ પર સાથે ચાલીને આગળ વધી શકીશું કે નહીં.

2. કાઈઝેન સાથે પ્રેમ કરો

લાંબા સમયના અબોલા પછી બઢાઈ-ચઢાઈને પ્રેમનું પ્રદર્શન કરવા કરતાં સારું રહેશે કે તમે રોજેરોજ થોડો-થોડો પ્રેમ જતાવો. સંબંધ એક મેરેથોન સમાન છે, જેમાં આપણે પોતાને ગતિ આપવાની સાથે જ શિસ્તબદ્ધ પણ રહેવાનું છે. જેથી આપણી તાકાત જ આપણને નિરાશ ના કરે.

3. પહેલાંથી અપેક્ષાઓ ના રાખશો

હંમેશા આવી ભૂલ થતી હોય છે, તમને એવું લાગે છે કે તમે તમારા સાથીને આકર્ષિત કરી લીધા છે અને હવે તમારે તમારા તરફથી કોઈ પ્રયત્ન કરવાના નથી. તમે વસ્તુઓનો ગેરલાભ લેવા લાગો છો અને સાથી તરફ ધ્યાન આપવાનું છોડી દો છો, પરિણામે સંબંધ તૂટતાં વાર

નથી લાગતી. પ્રેમના યુદ્ધમાં કોઈ ચોક્કસ વિજય નથી હોતો – તમારે રોજ વિજયી થવું પડે છે.

4. જે બોલો, વિચારીને બોલો

ઘણીવાર પ્રેમાળ યુગલ વચ્ચે નાની-નાની વાતોમાં દલીલો થવા લાગે છે અને છેલ્લે કોઈ હવા ભરેલા ફુગ્ગાની જેમ ફૂટી જાય છે. હંમેશાં સામેવાળા પર દોષનો ટોપલો ઢોળવામાં આવે છે, અંદરોઅંદર બંનેને દુ:ખ થાય છે અને એ સ્વ-બચાવમાં આગળ આવે છે.

5. યાદ રાખો, તમે બંને સાથે કેમ છો

યુગલ એક ખુલ્લા પુસ્તક સમાન હોય છે, જેનું દરેક પાનું રોજેરોજ લખાતું હોય છે, પરંતુ હંમેશાં યાદ રાખો કે એના શરૂઆતનાં કેટલાંક પાનાંઓ જ તમારા રસ્તામાં અજવાળું પાથરશે. યાદ કરો કે તમારા બંને વચ્ચે પ્રેમ કેમ થયો હતો, આમ કરવાથી તમને એ જ્યોતને પ્રજ્વલિત રાખવામાં મદદ મળશે.

6. તેમની અપૂર્ણતાને સ્વીકારો

શાશ્વત પ્રેમનું મૂળ વાબી સાબીમાં રહેલું છે – અપૂર્ણતાનું સૌંદર્ય – તમારે આને સુસંગત માનવાની ભૂલ ના કરવી જોઈએ. તમારે એ સમજવું જોઈએ કે દરેક વ્યક્તિ એક વિકસિત આત્મા છે; જેના પર કામ ચાલી રહ્યું છે. આવી સ્વીકૃતિ સાથે જ તમે બંને એકબીજા સાથે આગળ વધી શકશો.

7. નવી યોજનાઓ બનાવો

એક દંપતીનું ભવિષ્ય સાથે મળીને પૂર્ણ કરેલી યોજનાઓથી વિકસે છે. આમ પણ તમારે રોજેરોજ સાથે મળીને નિતનવાં સપનાંઓ જોવાં

પડશે, જેથી તમે અંધકારમય દિવસોમાં અજવાળાં પાથરી શકો. આપણે એકસાથે, એક જ દિશામાં આગળ વધી રહ્યાં છીએ એવી નિશ્ચિતતા, આપણને ઊડવા માટે નવી પાંખો આપી શકે છે.

8. તેમના ગુપ્ત બગીચાનું સમ્માન કરો

દરેક સંબંધને એક સામાન્ય આધાર જોઈતો હોય છે. જેમાં બંને મળીને એક અંગત જગ્યા બનાવી શકે, જ્યાં તે બંને પોતાના અંગત શોખનો આદર કરીને આનંદ મેળવી શકે. એ બંને પરિમાણો વચ્ચે સંતુલન જાળવવું એ જ સાથે રહેવા માટેની મુખ્ય ચાવી છે.

9. તેમની સિદ્ધિઓની પ્રશંસા કરો

પ્રેમ અને પ્રશંસા સાથે સાથે ચાલે છે. જો પ્રશંસા ના થાય તો સંબંધને તૂટતાં વાર નહીં લાગે. જે દંપતીમાં કોઈ એક સાથીને એવું લાગે કે આ સંબંધમાં તે અદૃશ્ય થઈ રહ્યો છે તો છેલ્લે તેઓ છૂટાં પડી જ જાય છે. તમારે તમારા પ્રિય પાત્રને મદદ કરવામાં ક્યારેય કચાશ ના રાખવી જોઈએ.

10. સાથે મળીને હસો

દરેક પ્રેમકહાણીએ આકરા સમય અને સંજોગોમાંથી પસાર થવું જ પડે. એક નિરાશાવાદી દૃષ્ટિકોણ, જે બની રહ્યું છે તેને જરૂર કરતાં વધારે ગંભીરતાથી લેવું, વગેરે તમારાં સંબંધને કદી આગળ નહીં વધવા દે. એક જૂના કલાકારે કહ્યું છે : “ટ્રેજેડી અને ટાઇમ મળીને જ કૉમેડી બનાવે છે.”

41

અકીરા કુરોસાવા : સંપૂર્ણતા પ્રાપ્ત કરવા માટે

સિનેમા જગતમાં અકીરા કુરોસાવા એક જાણીતું નામ છે, એક વખતની વાત છે, જ્યારે સ્પેશિયલ ઇફેક્ટ્સનો આધાર ડાયરેક્ટરની કલ્પનાશક્તિ પર રહેતો હતો. એ સમયમાં કોઈ ડિજિટલ પ્રભાવ નહોતા, તેથી જ ધ સેવન સમુરાઈ અને દરસૂ ઊજલા જેવા ક્લાસિક્સ બનાવનારા ડાયરેક્ટરે એક લગભગ બેદરકારીભર્યો અને હટકે અંદાજ અપનાવ્યો, જે ક્યારેક-ક્યારેક અવિશ્વસનીય ઉકેલ આપતો હતો.

આર્થર શૉપેનહાવરના શબ્દોમાં, “નસીબ શતરંજ પાથરે છે અને આપણે એની પર રમીએ છીએ.” આ સર્જકોએ દુનિયામાં કરેલાં કામ આપણને સમજાવે છે કે પ્રયત્ન અને કલ્પનાની તાકાતથી આપણે જીવનમાં સાધનોની ખોટને પણ પૂરી કરી શકીએ છીએ.

કુરોસાવા દરેક દૃશ્યને પરિપૂર્ણ બનાવવા માગતા હતા અને કલાકારોના અભિનયને અસરકારક બનાવવા માટે તેમણે પોતાના કૅમેરાના ટેલિફોટો લેન્સનો ઉપયોગ કર્યો. આ રીતે તેઓ પોતાને કલાકારોથી દૂર રાખી શકતા હતા. એમનું માનવું હતું કે જો કલાકાર ડાયરેક્ટરને પોતાનાથી દૂર જોશે તો વધારે સહજ અભિનય કરી શકશે.

એક વિકલ્પ જેણે એક કરતાં વધારે દિગ્દર્શકોને ભયભીત કરી દીધા હતા.

એમની સંપૂર્ણતાની શોધ એવી હતી કે તેઓ કોઈ ફિલ્મ પર કામ શરૂ કરવાનાં કેટલાંય અઠવાડિયાં પહેલાં કલાકારોને તેમના કોસ્ચ્યુમ એટલે કપડાં મોકલાવી દેતાં, જેથી તેઓ એને પહેરીને ટેવાઈ જાય અને અભિનય કરતી વખતે એમનું ઊઠવું-બેસવું સ્વાભાવિક લાગે. (આપણે યાદ કરવું પડશે કે એ વખતે અનેક ફિલ્મોની પૃષ્ઠભૂમિ સામંતવાદી જાપાનની હોવાથી એમના પોશાક આરામદાયક નહોતા.)

આ ફિલ્મોમાં વાતાવરણનો પ્રભાવ વધારે જોવા મળતો : વરસાદ, ધૂંધ, બરફ અને ગરમી – આ બધી બાબતો કલાકારના અભિનય સાથે મળીને દરેક દશ્યને અલગ રૂપ આપતી હતી, પરંતુ આ વાત થિયેટરમાં જનારા લોકો સુધી પહોંચાડવાની હતી.

આવું કરવા માટે 1950માં આવેલી રાશોમાન ફિલ્મમાં કુરોસાવાએ વરસાદને કાળા રંગમાં બતાવ્યો જેથી એ ગ્રે બૅકગ્રાઉન્ડમાં દેખાઈ શકે.

આ ફિલ્મ એમની ફિલ્મોગ્રાફીમાં કોઈ અપવાદ નહોતી. તેઓ કલ્પિત પરિણામ મેળવવા માટે કિંમતમાં બાંધછોડ નહોતા કરતા અને આ જ વાત નિર્માતાઓને ભયભીત કરતી હતી. 1985માં આવેલી ફિલ્મ, રેનમાં કુરોસાવાએ એક મહેલ બનાવડાવ્યો હતો, જે માત્ર એક દશ્યમાં બળતો બતાવવાનો હતો. તેમણે એક નાળાના જળપ્રવાહને વિપરીત બતાવવા માટે યાંત્રિક સાધનોની મદદ લીધી હતી, જેથી એ સારી રીતે દેખાઈ શકે. પાંચ વર્ષ પહેલાં કાગેમુશા ફિલ્મ માટે એમણે વધારાના 5000 લોકોને નિયુક્ત કર્યાં જેથી તેઓ ત્રણ મિનિટના યુદ્ધના દશ્યને સારી રીતે ફિલ્માવી શકે. ખરેખર વાત એમ હતી કે, એમણે આ ફિલ્મ દરમિયાન નિર્માતા કંપનીના બધા પૈસા લગાવી દીધા હતા, ત્યારે જોર્જ લૂકાસ અને ફ્રાન્સિસ ફૉર્ડ કોપોલાએ જાતે મધ્યસ્થી બનીને, ટ્વેન્ટિએથ સેન્ચ્યુરી ફોકસને રાજી કર્યાં કે તેઓ આ ફિલ્મના આંતરરાષ્ટ્રીય વિતરણના અધિકાર લઈને પૈસાનું રોકાણ કરે.

સિનેમેટિક ઉત્પાદનો નાનામાં નાની વિગતો પર ઝીણવટભર્યું ધ્યાન આપતા હોવાથી સાતમી કળાના ઇતિહાસમાં તેમણે આગવું સ્થાન પ્રાપ્ત કર્યું છે

એવું શક્ય છે કે આજે માત્ર ફિલ્મના શોખીન લોકો જ એમની ફિલ્મો જોતા હોય, પંરતુ એમણે જે બનાવ્યું છે, તે ફિલ્મની દુનિયાથી ઘણું ઉપર છે. તેમને ઘોસ્ટ ઑફ તુશીમા નામની વીડિયો ગેમના નિર્માતાઓએ પોતાની રીતે શ્રદ્ધાંજલિ આપી છે. આ વીડિયો ગેમ સામંતવાદી જાપાનની પૃષ્ઠભૂમિ પર બની છે. તેમણે મૂવી માસ્ટરોના કૅમેરા ઍંગલ જ વાપર્યા છે અને કુદરતી દશ્યોને વધારે મહત્ત્વ આપ્યું છે. સાથે જ પ્લેયર્સને એ સગવડ પણ આપી છે કે તેઓ "કુરોસાવા મોડ" પસંદ કરીને બ્લેક ઍન્ડ વ્હાઇટ ગેમ પણ રમી શકે છે. આ રીતે રમવાથી ખેલાડીઓને લાગે છે કે તેઓ જાપાનના સૌથી આંતરરાષ્ટ્રીય ડાયરેક્ટરની ફિલ્મમાં રમી રહ્યા છે.

જે કલાકાર કોઈ પણ સીમાને નથી માનતો, તે એ વાત સાબિત કરે છે કે જે પોતાના વિચારો પ્રત્યે નિષ્ઠાવાન છે અને એને આચરણમાં ઉતારવાના બધા જ પ્રયત્ન કરે છે, તેને પરિણામ ચોક્કસ મળે છે. મારી સામે કોઈ બહુ જ અઘરું કે વધારે સમય માગી લે તેવું કામ આવે છે ત્યારે હું આ રીતે જ વિચારું છું. ત્યારે હું મારી જાતને પૂછું છું : "જો કુરોસાવા હોત તો શું કરત?"

"જ્યારે માણસ સપનું જુએ છે ત્યારે એ બુદ્ધિશાળી થાય છે."

— અકીરા કુરોસાવા

પદયાત્રીઓ જાપાનના સાર્વત્રિક માન્યતાપ્રાપ્ત પ્રતીક ફૂજી પર્વતના શિખર સુધી જાય છે. તે આખા દેશની તાકાત, સહનશક્તિ, પ્રચુર ઉદારતા અને માણસના મનની સીમા કરતાં ઘણો મોટો છે, પરંતુ માણસનો આત્મા સદાય તેનો અનુભવ કરી શકે છે.

42

ફૂઝી પર્વતનું શિખર

કેટલાક એવા પડકારો છે જે દરેક જાપાનીની સામૂહિક કલ્પનામાં વસેલા છે, જેમાંનો એક પડકાર છે દેશની હિમાચ્છાદિત છત સુધી પહોંચવું.

પર્વતની પવિત્ર પ્રકૃતિ ઉપરાંત અહીંના પહાડોમાં અનેક તીર્થ આવેલાં છે. આ જાપાનની સૌથી ઊંચી જગ્યા છે, જે 12,389 ફીટની ઊંચાઈએ સ્થિત છે. આ જગ્યા હંમેશાં બરફથી ઢંકાયેલી હોય છે અને કોઈ ધાર્મિક તત્ત્વ જેટલી પૂજનીય છે, જાપાનીઓ જીવનમાં વહેલા-મોડા આ શિખર સુધી જવાની ઇચ્છા રાખે છે.

હું 30 વર્ષનો થયો તે પહેલાં શિખર પર ગયો હતો અને હવે ફરી આવું કરવાની કોઈ ઇચ્છા નથી. આ સ્થળ વિશે રાષ્ટ્રીય રૂપે એવું કહેવાય છે કે, "જે કદી ફૂઝી પર નથી ચઢ્યો, તે મૂર્ખ છે અને જે બીજીવાર ચઢે છે તે મહામૂર્ખ છે."

કલાકો સુધી ચાલવાના કારણે લાગતા થાક છતાં, સત્ય તો એ છે કે દર વર્ષે ત્રણ લાખ લોકો આ રોમાંચને પૂરો કરે છે. પર્વતારોહણનો સમય જુલાઈ, ઑગસ્ટ અને સપ્ટેમ્બરના કેટલાક દિવસો રહે છે. એ વખતે વાતાવરણ આહ્‌લાદક હોય છે, આશ્રયગૃહ અને સાર્વજનિક યાતાયાત ચાલુ હોય છે. ખરેખર તો પર્વતારોહણ દરમિયાન એટલી ભીડ હોય છે કે લોકોને કોઈ ગાઇડ કરવાની જરૂર નથી પડતી, અલગ અલગ રસ્તાઓથી ચઢતા-ઊતરતા લોકો દેખાઈ જ આવે છે. (ખાસ કરીને

ઓબોન અઠવાડિયામાં, જ્યારે શ્રમિકો રજાનો આનંદ લેતા હોય છે.)

ફૂઝી પર્વત પર જવાના ચાર રસ્તાઓ છે, જેમાં દરેક રસ્તા પર ઘણા પડાવ આવે છે, પરંતુ મોટાભાગના પર્વતારોહી પાંચમા રસ્તેથી ચઢવાનું શરૂ કરે છે, કારણ કે આ પાક્કો રસ્તો છે, જ્યાંથી બસ કે કાર દ્વારા જઈ શકાય છે.

જો તમારે કદી આ પર્વત પર ચઢવું હોય તો નીચેના ચાર રસ્તાઓમાંથી એક રસ્તો પોતાના માટે પસંદ કરી શકો છો :

- યોશીદો માર્ગ (ફૂઝી સુબારૂ) : આ સૌથી લોકપ્રિય રસ્તા પર, 7,546 ફીટની ઊંચાઈ પર આવેલો છે. તેમજ ટોક્યો કે ફૂજી ફાઇવ લેક્સ તરફથી આવનારા પ્રવાસીઓ માટે સૌથી સરળ રસ્તો છે.
- ફૂજીનોમિયા માર્ગ : 7,874 ફીટની ઊંચાઈએ આવેલા ફૂઝી પર્વતના શિખર માટેનાં આ પાંચ સ્ટેશનો પૈકી સૌથી નજીક છે અને જાપાનીઓમાં લોકપ્રિય છે. આ સૌથી ઊંચું સ્ટેશન છે, પણ એનો રસ્તો નાનો છે અને ચઢવા-ઊતરવા માટે એક જ રસ્તો હોવાથી ભીડ વધારે થાય છે.
- બાશી માર્ગ : 6,398 ફીટની ઊંચાઈ પર આવેલો આ રસ્તો પહેલાંના બે રસ્તાઓ જેટલો મોટો અને સુવિધાજનક નથી. આ રસ્તાની ખાસિયત એ છે કે એ જંગલમાંથી પસાર થાય છે અને આઠમા સ્ટેશને યોશીદા માર્ગને મળે છે.
- ગોતેમ્બા માર્ગ : 4,593 ફીટની ઊંચાઈ પર આવેલું છે અને સૌથી નીચાં સ્ટેશનોમાંથી એક છે. ચઢાણની રીતે આ રસ્તો અઘરો હોવાથી બીજા બધાં રસ્તાઓની સરખામણીએ અહીંયાં ભીડ ઓછી હોય છે.

આ બધા રસ્તાઓથી, શિખર સુધી પહોંચવામાં ઓછામાં ઓછા ચારથી દસ કલાક લાગે છે, જે એ વાત પર આધાર રાખે છે કે તમે ચઢવા માટે કયો રસ્તો પસંદ કર્યો છે અને ચઢનારની ફિટનેસ કેવી છે. શિખરથી નીચે આવવામાં બેથી છ કલાકનો સમય લાગે છે. આમ તો યાત્રા માટે આખો દિવસ નથી લાગતો, પરંતુ ત્યાં પહોંચ્યા પછી કરવા માટે અનેક એક્ટિવિટીઓ પણ છે.

શિખર પર આવેલાં તીર્થોના દર્શન કરવા ઉપરાંત, ઓહાચી મેગુરી નામની પરંપરા પણ છે, જે મુજબ શિખરના ક્રેટર લૂપ સુધી જવાનું હોય છે અને એ માટે એક કલાકનો સમય લાગે છે. આ જગ્યાએથી તમે આખા પર્વતની સુંદરતાને સ્પષ્ટ જોઈ શકો છો અને જાપાનની સૌથી ઊંચી જગ્યા, વેધર સ્ટેશન શિખરને પણ જોઈ શકાય છે.

ફૂજી સદીઓથી જાપાનનું સૌથી મહાન પ્રતીક છે. જાપાની પિક્ચર કાર્ડ - ઉકિયો-ઇ શ્રેણીઓને આના સાક્ષી માની શકાય છે, જેમાં વિશાળ સુપ્ત જ્વાળામુખીઓને દર્શાવવામાં આવ્યા છે. નિઃસંદેહ એમાં 1831થી 1833 દરમિયાન કાત્સુશિખા હોકુસઈએ બનાવેલાં કાર્ડ સૌથી લોકપ્રિય છે. માઉન્ટ ફૂજીના 36 દશ્ય.

નામ પરથી જ ખ્યાલ આવે છે, કે એ શ્રેણીમાં 36 મૂળ પ્રિન્ટ સામેલ છે અને એ સિવાયની દસ બીજી પ્રિન્ટ પણ છે. આ બધામાં, માઉન્ટ ફૂજી લેન્ડસ્કેપ કે દરેક દશ્યની વચ્ચે કે પછી પૃષ્ઠભૂમિમાં નજરે પડે છે.

ધ ગ્રેટ વેવ ઑફ કાનાગાવા, આ બધી પ્રિન્ટમાં નાવ ચલાવનારા ખલાસીઓ નાવને સુરક્ષિત કરવાના પ્રયત્નમાં છે, તો પૃષ્ઠભૂમિમાં દેખાતા ફૂજી શિખરની પ્રશંસા થઈ શકે છે, જે આ લહેરોના જ એક ભાગ સમાન લાગે છે.

43

પૈડાંની પુનઃ શોધ

“રિઇન્વેન્ટિંગ ધ વ્હીલ”, આ પશ્ચિમના દેશોની કહેવત છે, જે 70ના દાયકામાં વ્યવસાયજગતમાં સામે આવી. આનો ઉપયોગ નકારાત્મક અર્થમાં થતો હતો, એટલે કે જે કંઈ પણ પહેલાંથી શોધાયેલું જ છે, એને નવેસરથી શોધવું માત્ર સમયનો બગાડ છે.

હું એ વાત સાથે સહમત છું કે પુનર્રચના, પછી એ કોઈ પૈડાંની હોય કે વ્યક્તિત્વની, તેને કરવી એ જ સૌથી મોટી વાત છે. અન્યથા આપણે આજે પણ વાહનોમાં એવાં જ પૈડાં લગાવતાં હોત, જેવાં ઐતિહાસિક રથોમાં લગાવાતાં હતાં.

હું તમને ઇતિહાસમાં પૈડાંના સૌથી મહાન પુનઃશોધકનું ઉદાહરણ આપું છું.

સોઈચીરો હોન્ડાએ વર્ષ 1937માં એન્જિન પિસ્ટન રિંગ્સ બનાવવાની શરૂઆત કરી. એમનો પહેલો પ્રયત્ન નિષ્ફળ રહ્યો; આ પિસ્ટન રિંગ્સ ટોયોટાના ગુણવત્તાનાં ધોરણો મુજબ ના હોવાથી કંપનીએ એનો અસ્વીકાર કર્યો, પરંતુ હોન્ડાએ હાર ના માની અને તે પોતાની પિસ્ટન રિંગ્સને નવેસરથી સુધારવાના કામમાં લાગી ગયા (કંઈક એવું, જે કેટલાક નિર્માતાઓ પહેલાંથી જાણતા હતા કે કેવી રીતે કરવાનું છે). 1941માં, છેલ્લે ટોયોટાએ પિસ્ટન રિંગ્સનો સ્વીકાર કર્યો અને એમણે કરાર પર હસ્તાક્ષર કર્યા, પરિણામે અનેક કારખાનાંઓની મદદથી હોન્ડા પોતાના બિઝનેસનો વ્યાપ વધારી શક્યા હોત.

જો કે નસીબે એમનો સાથ ના આપ્યો, 1944માં અમેરિકન વાયુસેનાએ કરેલા એક હુમલામાં એમના ઉત્પાદન એકમો નષ્ટ થઈ ગયા. તેમ છતાં સોઈચીરોએ હાર ના માની, માત્ર બે વર્ષ પછી 1946માં, હોન્ડાની સ્થાપના કરી અને મોટરસાઇકલને નવેસરથી આવિષ્કૃત કરવાના સંકલ્પ સાથે કામ કરવાનું નક્કી કર્યું. 1948માં એમણે પહેલી હોન્ડા મોટરસાઇકલના મૉડલનું ભરપૂર ઉત્પાદન કરવાનું શરૂ કર્યું.

એ પછી તરત જ 1950માં તેઓ કેંજી શુકૂજીને મળ્યા – તમે આમને મોટરસાઇકલના બીજા મોટા નિર્માતા ના માની લેશો – મળીને એમણે એમને પૈડાં બનાવવાની કંપની ખોલવા માટે પ્રોત્સાહિત કર્યાં. કેંજીએ એનકેઈની સ્થાપના કરી અને હોન્ડાને પૈડાં વેચવા લાગ્યા. આજે એનકેઈ દુનિયાની સૌથી મોટી એલૉય વ્હીલ કંપનીઓમાં એક છે અને ઘણાં લોકોનું માનવું છે કે એ દુનિયામાં સૌથી સારાં પૈડાં બનાવે છે.

1960ના દાયકામાં હોન્ડા મોટરસાઇકલનું વેચાણ એટલું વધી ગયું હતું કે એમણે ટ્રમ્ફ અને હાર્લે ડેવિડસન જેવી કંપનીઓને પછાડી દીધી, જે એ સમયે સૌથી અગ્રેસર ગણાતી હતી.

એમને આ દિશામાં વધુ સંશોધન કરવામાં વાર ના લાગી. 1963માં હોન્ડાએ પહેલી કાર માર્કેટમાં મૂકી. એના ખાસ વખાણ ના થયાં, પણ એ એક સારી શરૂઆત હતી. 20 વર્ષ પછી હોન્ડા મોટર્સ દુનિયાની સૌથી મોટી ઑટોમોબાઇલ ઉત્પાદક કંપનીઓમાંની એક તરીકે સ્થાપિત થઈ ચૂકી હતી.

તેઓ ઑટોમોબાઇલ ઉદ્યોગથી રોબોટિક્સના ક્ષેત્રમાં આવી ગયા : 1968માં એમણે ઈ0 નામનો હ્યુમનોઇડ રોબોટ બનાવ્યો. જે ફ્યૂચર અસીમોના વિકાસની શરૂઆત હતી, તે ઇતિહાસના પહેલા એવા રોબોટ પૈકી એક હતા, જે બે પગે ઊભા રહીને કામ કરી શકતા હતા.

એક સદીના અંતે, 2003માં, એમણે પહેલું ઍરક્રાફ્ટ લૉન્ચ કર્યું.

હવે 2020માં તે પોતાની સહાયક કંપની હોન્ડાજેટના માધ્યમથી, પ્લેન એચએ-420ના ઉત્પાદન અને વેચાણમાં સફળ રહ્યા છે, જે સૌથી વધારે નવા મૉડલમાંનું એક મૉડલ છે અને ઈંધણની ઓછી ખપત માટે પ્રખ્યાત છે.

જો હોન્ડાએ પણ એવું જ વિચાર્યું હોત કે "રિઇન્વેન્ટિંગ ધ વ્હીલ", પહેલાંથી શોધાયેલી વસ્તુ પર ફરી કામ કરવું સમયનો બગાડ છે તો એ કદી પિસ્ટન રિંગ ના બનાવતા, ના તો એમણે મોટરસાઇકલ બનાવી હોત, ના તો વાહન અને ઉડ્ડયનના ક્ષેત્રમાં મોટી કંપનીઓ સાથે સ્પર્ધા કરી હોત.

પુનઃશોધની પ્રક્રિયામાં ઘણીવાર નવા રસ્તા અને વિચારો સામે આવે છે. નીચે કેટલાંક ઉદાહરણ આપ્યાં છે :

- માઇક્રોસોફ્ટે એક યૂઝર ઇન્ટરફેસની સાથે ઑપરેટિંગ સિસ્ટમને ફરી તૈયાર કરી.
- એપલે ટેલિફોનની પુનઃ શોધ કરી.
- ગૂગલે ઇન્ટરનેટ સર્ચ એન્જિનને ફરી શોધ્યું.
- ટેસ્લા કારમાં પરિવર્તન કરીને નવી કાર લાવી.
- સ્પેસ એક્સે સ્પેસ રૉકેટને નવેસરથી શોધ્યા.

આ નિયમ તમારા જીવન અને એક મનુષ્ય તરીકે તમારા વિકાસ પર પણ લાગુ થઈ શકે છે. જો ક્યારેક તમને એવું લાગે કે તમે પહેલાંથી શોધાયેલી વસ્તુઓ પર મહેનત કરીને સમય બગાડી રહ્યા છો તો નિરાશ ના થશો. સોઈચીરો હોન્ડાનો કિસ્સો યાદ રાખો : એમના મનમાં પણ પોતાના પિસ્ટન રિંગ્સ માટે શંકા હતી, એમનાં કારખાનાંઓ નાશ પામ્યાં અને હવે તેમની કંપની ઍરોપ્લેન બનાવે છે.

વ્હીલને ફરીથી શોધો! કે પછી તમારા વ્હીલને ફરીથી શોધો! અને આ પ્રક્રિયામાં, તમારો પોતાનો ફાળો ઉમેરો. આગળ વધો!

હાર ના માનો.

ગનબાતે!

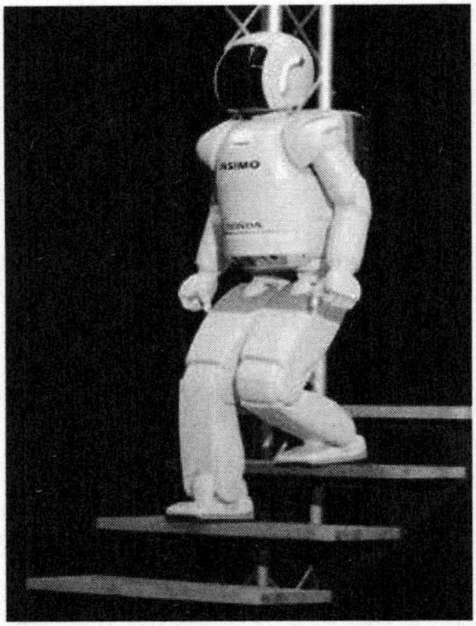

પિસ્ટન રિંગ્સથી લઈને મોટરસાઇકલ, કાર, રોબોટિક્સ (જેમ કે અસીમો હ્યુમનોઇડ રોબોટ આ ચિત્રમાં બતાવ્યો છે.) અને હવે ઍરોપ્લેન સુધી હોન્ડાની આ ઉલ્લેખનીય સફળતા સોઈચીરો હોન્ડાના અડગ રહેવાના સ્વભાવથી શરૂ થઈ. તેમણે તત્કાલીન વિભાવનાઓમાં સુધારો કરીને નવાં સંશોધનો કર્યાં અને શરૂઆતમાં નિષ્ફળતા અને કમનસીબી છતાં સદીના મહાન સંશોધકોમાં પોતાનું નામ લખાવીને સાબિત કર્યું કે આ સંસારમાં એવું કશું નથી, જેમાં સુધારો ના થઈ શકે. કદી હાર ના માનશો, દંભ ના કરશો અને સપનાં જોવાથી ડરશો નહીં.

44

માર્કો પોલોનાં ચરણચિહ્નો પર

ધીરજ, પ્રયત્ન, સાહસ અને સ્થિતિસ્થાપકતા જેવાં મૂલ્ય શીખવા માટે પાછા વળીને જોવું જરૂરી છે. આપણે આશરે સાડા સાત સદી પાછળ જવાના છીએ.

મધ્ય યુગ દરમિયાન, પ્રવાસીઓ હંમેશાં વિવિધ પ્રદેશો વચ્ચે સંબંધોનું નેટવર્ક બનાવતા હતા. એ બધામાં કદાચ માર્કો પોલો જ સૌથી વધારે જાણીતા છે, એના બે કારણો છે, એમણે પોતાની મુસાફરીની વાતો લખીને રાખી, જેથી મૃત્યુ પછી પણ તેઓ આંતરરાષ્ટ્રીય સ્તરે ઓળખાયા અને બીજું, એમના સમકાલીન પણ એમને વિશેષ મહત્ત્વ આપતા હતા.

જો કે તેઓ જાપાન (એમના પુસ્તકમાં સિપાંગો) ના પહોંચી શક્યા, તે ચીન પહોંચ્યા ત્યારે ત્યાં કુબલઈ ખાનનું (જેણે બે વખત જાપાની ટાપુને વશમાં કરવાનો પ્રયાસ કર્યો) શાસન હતું. તેમના પ્રવાસમાં-કાવ્યાત્મક લખાણો અને દંતકથાઓ મળે છે, જે તેઓ જે પ્રદેશોમાંથી પસાર થયા હતા ત્યાંના વર્ણન સાથે હળી-મળી ગયેલી લાગે છે, જે સ્થિતિસ્થાપકતા અને ખંતનું અદ્‌ભુત ઉદાહરણ છે.

'માર્વલ્સ ઑફ ધ વર્લ્ડ' નામના પુસ્તક માટે માર્કો પોલો જાણીતા છે. ઇતાલવી ભાષામાં આ પુસ્તકને ઇલ મિલિયોન નામ આપવામાં આવ્યું છે. જો કે આ પુસ્તક એમણે લખ્યું નહોતું.

કર્જોલાના યુદ્ધ પછી 1298માં, ચીનથી પાછા ફરતી વખતે માર્કો પોલોને જીનોઈજે બંધક બનાવી લીધા હતા. જેલમાં એમની મુલાકાત ઇંગ્લૅન્ડના રાજા માટે લેખનકાર્ય કરનારા રસ્ટીચૈલો ડા પિસા સાથે થઈ. તેમણે જ માર્કો પોલોની સ્મૃતિઓને લેખનમાં વણી લીધી.

1271માં માર્કો પોલો સત્તર વર્ષની ઉંમરે પોતાના પિતા અને કાકા સાથે ખાનના દરબારની યાત્રાએ નીકળ્યા. એ વખતે તેઓ રેશમ માર્ગથી નીકળીને આખા એશિયામાથી પસાર થયા. એમના મૂળ સ્થાન વેનિસથી નીકળીને ખાન દરબાર સુધી પહોંચવામાં એમને ત્રણ વર્ષ લાગ્યાં હતાં.

આ દરમિયાન, એમનો પ્રારંભિક સંકલ્પ, અજ્ઞાત સ્થળોની મુલાકાત લેવાના દૃઢ સંકલ્પમાં ફેરવાઈ ગયો હતો, એમણે ક્યારેય પોતાના ઉદ્દેશ્યથી મોં નથી ફેરવ્યું અને આ કોઈ રોમાંચથી ઘણું વધારે હતું. એમણે પોતાનો જીવ પણ દાવ પર લગાવી દીધો હતો. મુશ્કેલીઓનો અંત નહોતો; ડાકુઓના હુમલા, અજ્ઞાત સંસ્કૃતિઓને અપનાવવી, ચંગેઝ ખાનના પૌત્રો વચ્ચે આંતરિક યુદ્ધ કે પછી સફેદ રણને પાર કરવા – તેઓ ક્ષયરોગનો ભોગ બન્યા અને એમને સાજા થવામાં એક આખું વર્ષ લાગ્યું. આ સમય એમણે પહાડોની વચ્ચે વિતાવ્યો.

માર્કો પોલોની યાત્રા મધ્ય યુગની સામાન્ય પ્રવૃત્તિઓનું પ્રતીક છે. સહેજ કલ્પના કરો કે એ વખતે તેઓ કેટલાં દૂરનો પ્રવાસ ખેડતા હતા. આપણે એ ના ભૂલવું જોઈએ કે એ સમયે યાતાયાતનાં કોઈ સાધનો પણ નહોતાં અને તેઓ પ્રાણીઓ અને માણસના સ્નાયુઓ કે પછી હવાની ગતિ પર આધાર રાખતા હતા.

કોઈ સ્થાયી તીર્થયાત્રાની જેમ, સૂર્ય જ દિવસની શરૂઆત અને અંતનો સૂચક હતો. સવાર પડતાં જ તે કબીલો લઈને આગળ ચાલવા લાગતા. એમની પાસે સમય બહુ ઓછો રહેતો હતો. તેઓ રોજના 15 માઈલનો રસ્તો કાપી લેતા હતા. જો સદ્નસીબે એમની પાસે ઘોડો

હોત તો આ અંતર 30 માઈલ સુધી થઈ જતું. તેથી જ લોકો પોતાના માટે જળમાર્ગ પસંદ કરતા, કારણ કે એની ઝડપ વધારે હતી અને માલવાહક નાવની સગવડ પણ રહેતી હતી.

આમ તો દરિયાઈ માર્ગ સુરક્ષિત નહોતા, એમાં ડાકુ અને ચાંચિયાઓ દ્વારા હુમલાનું જોખમ રહેતું હતું. પ્રવાસીઓને બીમારી, અકસ્માત અને જહાજ નષ્ટ થવાનો ભય પણ રહેતો હતો. જો કે આમાંથી કોઈ પણ સંકટ મધ્યકાલીન પ્રવાસીઓને પ્રવાસ કરતાં રોકી નહોતું શક્યું – તે વેપાર અને ધાર્મિક દૃષ્ટિએ જ્યાં જવા ઇચ્છતા હતા, ચોક્કસ જતા હતા.

એમને ખબર હતી કે એમનામાંથી ઘણા લોકો રસ્તામાં મરી શકે છે, પરંતુ તેઓ આ વાતને સ્વીકારતા અને રસ્તામાં આવનાર દરેક જોખમનું સ્વાગત કરતા હતા.

આ પ્રવાસ અને પ્રવાસીઓના સ્વભાવ વિશે વાંચીને પ્રેરણા મળે છે, જે આપણને એવી કોઈ પણ યોજના પર આગળ વધવા માટે પ્રેરણા આપે છે, જે આજે આપણી મુશ્કેલીનું કારણ બનેલી હોય.

તીર્થયાત્રામાં મોટાભાગે ચઢવાનું હોય છે – તિબેટમાં કૈલાસ પર્વતની યાત્રા, કૈમિનો ડિ સૈન્ટીયાગો, ધ ગ્લાસટનબરી ટોર અને અન્ય કેટલીક જગ્યાઓ જેમાં જાપાનના કુમાનો માર્ગનો પણ સમાવેશ થાય છે. જેમ આ પવિત્ર સ્થળો ઊંચાઈ પર છે – ત્યાં સુધી પહોંચવાના પ્રયાસમાં તમારી અંદર વિનમ્રતાનો ભાવ જન્મે છે. કોઈ કામને જોઈને હતોત્સાહિત થવામાં કશું ખોટું નથી. બસ, આપણે આગળ વધતા રહેવાનું છે. આ તીર્થયાત્રાઓમાં પણ એક-એક ડગલું આગળ વધીને આપણે આપણા મનને લક્ષ્ય પર સ્થિર રાખીએ છીએ અને એ જ સૌથી મોટી ચાવી છે.

45

તીર્થયાત્રીઓનો માર્ગ

શોધ કરવા માટે લાંબી યાત્રા પર જતી વખતે માર્કો પોલોના યુગને યાદ કરવાની જરૂર નથી. બીજો એક રસ્તો છે, જેમાં પ્રારંભિક પ્રવાસીઓએ અનુભવેલાં જોખમોના હોય.

આપણે એક એવા આધ્યાત્મિક માર્ગની વાત કરવાના છીએ, જે તમારા જીવનની એવી ક્ષણો માટે યોગ્ય છે, જ્યારે તમારે ગહન પરિવર્તન પર ધ્યાન કેન્દ્રિત કરવાની જરૂર હોય છે.

જાપાનમાં તીર્થયાત્રીઓ માટે એક એવો રસ્તો છે, જે 'વે ઑફ સેન્ટ જેમ્સ' જેવો જ છે – ધ કુમાનો કોડો. ખરેખર તો, એ બંને એટલા સમાન છે કે યુનેસ્કોની વર્લ્ડ હેરિટેજની યાદીમાં આ બે જ આધ્યાત્મિક પથ છે.

આ જાપાની માર્ગ, ઊબડ-ખાબડ, લીલાછમ કુમાનો ક્ષેત્રમાં થઈને નીકળે છે અને દ્વીપકલ્પને પાર કરે છે. આ સદીઓથી એક પવિત્ર સ્થળ છે, જ્યારે બૌદ્ધ ધર્મ ચીનથી આવીને જાપાનના શિંતો ધર્મમાં લીન થઈ ગયો. આ જાપાની માર્ગ પર મંદિર અને કુદરતની પરિપૂર્ણ સુસંગતતા જોવા મળે છે.

આ તીર્થયાત્રાનો હેતુ એ જ છે કે ત્રણ મહાન મંદિરોનાં દર્શન કરી શકાય, જે એકસાથે કુમાનો સંજાન તરીકે ઓળખાય છે.

પહેલું મંદિર એક પહાડ પર ફરી બનાવવામાં આવ્યું છે, આ મંદિરના પ્રાચીન મંડપ ભારે પૂરમાં ધ્વસ્ત થયા પછી એને ફરી બાંધવામાં આવ્યું છે. બીજું મંદિર કુમાનો નદીના કિનારે આવેલું છે. એના ભવ્ય આકર્ષણ અને કુદરતી સૌંદર્યનું ઉત્તમ ઉદાહરણ છે — 800 વર્ષ જૂના પ્રાચીન નાગી-નો-કી વૃક્ષ. છેલ્લું મંદિર, નાચી પર્વતની મધ્યમાં આવેલું પ્રાચીન શિંતો તીર્થ છે. જ્યાં જાપાનનો સૌથી ઊંચો 436 ફીટ ઊંચો ધોધ આવેલો છે.

10મી સદીની આસપાસના સમયથી જ સમ્રાટ પોતાના જીવનકાળમાં એક કે બે વખત, આ ક્ષેત્રમાં તીર્થયાત્રા માટે ક્યોટોથી ઓસાકા સુધીની યાત્રા કરતા હતા. તેઓ આ તીર્થયાત્રા માટે સૌથી લોકપ્રિય એવા નાકાહેચી માર્ગને જ પસંદ કરતાં. આ રસ્તો 25 કિમી લાંબો છે અને તેમાં વચ્ચે ક્યાંય મુશ્કેલીઓ નથી આવતી. જો કે પર્વતોમાં થોડો રસ્તો ખડકાળ છે.

તેનું પ્રારંભિક બિંદુ તાકીજીરી-ઓજી તીર્થ છે, જ્યાંથી લોકો કુમાનોના કહેવાતા તીર્થમાં પ્રવેશ કરે છે. અનેક નાનાં મંદિરોમાં દર્શન કર્યા પછી 1800 વર્ષ જૂના ગંધકના ગરમ ઝરણાં યુનોમાઇન ઓન્સેન પહોંચે છે અને અહીંથી જ મહાન મંદિરોની યાત્રાનો આરંભ થાય છે.

જો કે આ રાજવી માર્ગ જ સૌથી પ્રસિદ્ધ છે અને સામાન્ય રીતે તીર્થયાત્રીઓ આનો જ ઉપયોગ કરે છે. આ સિવાય યાત્રાળુઓ અન્ય ત્રણ વૈકલ્પિક માર્ગનો પણ ઉપયોગ કરવા લાગ્યા છે.

- *કોહેચી — ખડકાળ માર્ગ :* આ સૌથી લાંબો અને અઘરો રસ્તો છે. આ રસ્તો 43 મિલ લાંબો છે અને એની ઊંચાઈ 3000 ફીટ સુધી છે. આ રસ્તો કોયા અને કુમાનો પર્વતને ભેગા કરે છે.
- *ઓહેચી — તટીય માર્ગ :* આ તાનાબેથી લઈને ફુદારાકુસાન-

જી મંદિરથી લઈને તટીય માર્ગથી થઈને દક્ષિણ સુધી જાય છે. અહીંથી પ્રશાંત મહાસાગરનાં સુંદર અને અદ્ભુત દશ્યો જોવા મળે છે.

- *ઇસેજી – પૂર્વી માર્ગ :* આ રસ્તો, ઇસે-જિંગુ તીર્થ અને કુમાનોથી થઈને તટને પાર કરે છે. જ્યાં સેકંડો વર્ષ જૂના પથરાંની અનેક સીડીઓ, વાંસના જંગલ અને અનાજના સીડી આકારના ખેતર આવેલા છે.

જે તીર્થયાત્રી તાકીજીરી-ઓજી મંદિરથી શરૂઆત કરે છે, એમણે તીર્થમાં જઈને એક અનુષ્ઠાન કરીને યાત્રાની સફળતા માટે પ્રાર્થના કરવી જોઈએ : ઘંટ વગાડીને દેવોને તેમની હાજરી વિશે જણાવો, બે વાર શીશ નમાવો, તાળી વગાડો, મનમાં પ્રાર્થના કરો અને ફરી એકવાર નમન કરો.

એકવાર ભગવાનને સૂચિત કરી દીધાં પછી તીર્થયાત્રી સાથે ત્રણ પગવાળા કાગડાની છબી (કુમાનો કોડો લોગો) રહેશે, જેને યાતાગારાસૂ એટલે કે દેવોના સંદેશવાહક કહેવામાં આવે છે. શિંતો ધર્મનું પૌરાણિક પ્રતીક છે, જે માનવ કિસ્સાઓમાં હસ્તક્ષેપ કરવામાં ભગવાનની ઇચ્છાનું પ્રતિનિધિત્વ કરે છે, જેમા ત્રણ પગ, આકાશ, પૃથ્વી અને મનુષ્યનું પ્રતીક છે.

46

જોસફ મૈરિક : માણસ હોવાનું નાયકત્વ

હવે હું બીજા એક – ખૂબ કષ્ટદાયક – તીર્થયાત્રાના પ્રકાર વિશે વાત કરવાનો છું : જે તમામ પ્રતિકૂળતાઓ છતાં, આપણને માણસ બનાવનારા પથ પર ટકાવી રાખે છે.

1980માં ડેવિડ લિંચની ફિલ્મ 'ધ એલિફન્ટ મેન'થી આખી દુનિયા દ્રવી ઊઠી. આ ફિલ્મમાં એમણે પ્રોટેસ સિન્ડ્રોમના સૌથી ગંભીર રોગથી પીડાતા 19મી સદીના અંગ્રેજ જોસફ મૈરિકની સાચી વાત કહી હતી. આ બીમારીને લીધે એનું આખું શરીર ગંભીર વિકૃતિઓનો શિકાર બની ગયું હતું.

એમનું બાળપણ સંબંધીઓને ત્યાં છુપાયેલા રહીને વીત્યું. એ પછી એમણે એક ટ્રાવેલિંગ સેલ્સમૅન તરીકે કામ કરવાનું વિચાર્યું અને છેલ્લે એ વિશેષ કાર્યક્રમમાં દેખાવા લાગ્યા.

લંડનના ડૉક્ટર ફ્રેડરિક ટ્રેવ્સે 'ધ એલિફન્ટ મૅન'ને તેમના વરિષ્ઠોની પરવાનગી વિના લંડનના હૉસ્પિટલમાં દાખલ ના કરાવ્યા ત્યાં સુધી એમનું જીવન નર્ક સમાન હતું. જોસફ જીવનનાં શેષ દિવસો હૉસ્પિટલમાં રહી શકે તે માટે જરૂરી ફંડ ભેગું કરવા, ફ્રેડરિકે પ્રેસમાં આર્થિક સહાય માટે એક જાહેરાત આપી હતી.

અંગ્રેજી સમાજે એમની અપીલની બહુ ઉદાર પ્રતિક્રિયા આપી અને જોસફ મૈરિક પોતાના નાનકડાં જીવનનાં છેલ્લાં વર્ષો હૉસ્પિટલના સ્યૂટ

રૂમમાં રહી શક્યા, આ રૂમ જ એમનું ઘર બની ગયો હતો.

મેં આ કિસ્સાનો પુસ્તકમાં સમાવેશ કર્યો એનું કારણ એ કે હું એ વાતથી બહુ પ્રભાવિત છું કે જોસફ મૈરિકે કેવી આશ્ચર્યજનક માનવતા અને સાહસ સાથે પોતાની સ્થિતિને સહન કરી. પોતાના શરીરમાં થનારા અસહ્ય દુખાવા (એમનું માથુ એટલું મોટું હતું કે તેઓ એને સીધું પણ નહોતા રાખી શકતા), ડૉક્ટરના સંપર્કમાં આવતા પહેલા મળેલી નિર્દયી સારવાર અને લોકોએ કરેલા અપમાન છતાં, એમણે ક્યારેય પોતાના પ્રેમાળ સ્વભાવને છોડ્યો નહોતો અને તેમને મળનારા દરેક વ્યક્તિ સાથે નમ્રતાથી વર્તતા હતા.

એટલું જ નહીં, પોતાની સીમિત ગતિશીલતા છતાં (એમનો એક હાથ વિકૃત હતો. જ્યારે બીજો હાથ 10 વર્ષના બાળક જેવો દેખાતો હતો). તેમણે કલાત્મક ક્ષમતાઓને વિકસાવી હતી.

તે ટોપલી વણતાં શીખ્યા અને તેમની સાથે પ્રેમથી વર્તનારા લોકોને જાતે બનાવેલી નેતરની વસ્તુઓ ભેટમાં આપતા. એમણે કાર્ડબોર્ડમાંથી પણ કેટલીક વસ્તુઓ બનાવી હતી. જોસફ મૈરિકે એ ચર્ચનું મૉડલ બનાવ્યું હતું, જેને એ માત્ર પોતાની બારીમાંથી જોઈ શકતા હતા. લંડનની હૉસ્પિટલમાં એમણે બનાવેલું મૉડલ આજે પણ સાચવીને રાખવામાં આવ્યું છે.

ડેવિડ લિંચે આશ્ચર્યજનક રીતે કલાના વિસ્તૃત રૂપનો ઉપયોગ પોતાની ફિલ્મના અંતમાં કર્યો છે. મૈરિક લખતા પણ હતા. જો કે ધીમે ધીમે એમની વિકૃતિ વધતી ગઈ અને એમનો જમણો હાથ નકામો થઈ ગયો ત્યારે મહામહેનતે એમણે ડાબા હાથે લખતાં શીખી લીધું.

એમના જે લખાણોને આજે પણ સાચવીને રાખવામાં આવ્યાં છે, તેમાંની એક કવિતામાં તેમણે, પ્રોટેસ્ટેંટ મંત્રી ઇસાક વૉટ્સના ચાર પદ્ય સાથે પોતાનાં ચાર પદ્ય સામેલ કર્યાં છે.

"એ સત્ય છે કે મારું આ રૂપ વિચિત્ર છે,
પરંતુ મને દોષ આપવાનો અર્થ થશે, ઈશ્વરને દોષ દેવો;
જો હું સ્વયંને નવેસરથી બનાવી શકતો,
તો તમને ચોક્કસ ખુશ કરી દેતો."

"જો હું એકથી બીજા ધ્રુવ તરફ જઈ શકતો,
કે પછી સાગર પર પુલ બાંધી શકતો,
તો મને આત્મા દ્વારા માપવામાં આવતો.
મન તો માણસનો માપદંડ છે."

જો કોઈ માણસ માટે મન જ માપદંડ હોય તો કરુણા એની સર્વોચ્ચ અભિવ્યક્તિ છે. તેમના પ્રયત્નો અને અનુત્તરિત દયા બદલ આભાર. 1890માં 27 વર્ષની ઉંમરે મૃત્યુ પામનારા જોસફ મૈરિકે આપણને સમજાવ્યું કે માણસના આત્મામાં સર્વશ્રેષ્ઠ શું છે.

માનવીય ભાવનાનું સૌથી સૂક્ષ્મ સાક્ષી, મૈરિકે કાર્ડબોર્ડમાંથી બનાવેલું ચર્ચનું મૉડલ રૉયલ લંડન હૉસ્પિટલમાં મૂકવામાં આવ્યું છે. (જૈકના એક ફોટોમાંથી લેવાયેલો, 1956, વીકીમીડિયા કૉમન્સ, પબ્લિક ડોમેન)

47

કોઆન

કોઆન વિરોધાભાસી કોયડાઓ છે, જેનો ઉપયોગ ઝેન બૌદ્ધ પરંપરામાં હજારો વર્ષ કરતાં પણ પહેલાથી આપણાં તાર્કિક મનને બંધ કરવા માટે થાય છે. આ એવાં સાધનો છે જેનાથી આપણે વાસ્તવિકતાને વૈકલ્પિક દૃષ્ટિકોણથી જોઈ શકીએ છીએ – માલ્ટીજ મનોવૈજ્ઞાનિક એડવર્ડ ડિ બોનોએ આને "ગૌણ ચિંતન" નામ આપ્યું છે.

જો કોઈ ઝેન સાધક કોઆનને ધ્યાનનું માધ્યમ બનાવીને પૂરતા પ્રયત્નો કરે, તો એ કેન્શીની અવસ્થા (જરૂરી વાસ્તવિકતાને જોવી) સુધી પહોંચી શકે છે, જે એને સંપૂર્ણપણે બદલી નાંખશે.

સૌથી પ્રચલિત અને જાણીતા કોઆન પૈકી એક છે :

એ તમારા હાથની તાળીઓનો અવાજ છે, પરંતુ એક હાથથી વાગતી તાળીનો અવાજ કેવો હોય છે?

જો તમને પહેલાથી આ કોઆનની ખબર હોય તો એને ક્યારેય ભૂલી નહીં શક્યા હોવ. કોઈ પણ સ્થિતિમાં, પોતાની આંખો બંધ કરો અને માનસિક ચિત્રણ કરો કે એક હાથથી વાગતી તાળીનો અવાજ કેવો હશે.

કોઆન કોઈ સમસ્યા તરીકે નથી બનાવાયા કે તેનો તાર્કિક રીતે ઉકેલ શોધવો પડે. આને સાહજિક મનના અર્ધજાગૃતમાંથી શીખવાના માધ્યમ તરીકે બનાવાયા છે.

જ્યારે આપણે કોઈ વાતને ઉકેલવાનો પ્રયાસ કરીએ ત્યારે ઘણીવાર આપણને એવું લાગે છે કે જીવનની સૌથી સારી વસ્તુઓ આપણા હાથમાંથી રેતીની જેમ સરકી રહી છે, પરંતુ કોઆનની જેમ જ આપણું જીવન પણ ઉકેલવાનો કોઈ કોયડો નથી; આ તો સુંદર અને કીમતી છે – માત્ર એક જ વસ્તુ ભાગ્યએ આપણને જન્મ સમયે ભેટ આપી હતી. આપણે માત્ર એના પર ધ્યાન આપીને એનો આનંદ લેવાનો છે.

ચીન અને જાપાનમાં લોકપ્રિય અને જાણીતા આ કોઆનનો અર્થ શું છે?

એક ભિક્ષુએ ઝાઝોઉને પૂછ્યું :
શું એક કૂતરામાં બુદ્ધ પ્રકૃતિ હોય છે કે નથી હોતી?
ઝાઝોઉએ જવાબ આપ્યો :
વૂ!!

વૂ (જાપાની ભાષામાં આને "મૂ" કહેવાય છે)નો અનુવાદ છે, "શૂન્ય, કંઈ ના હોવું કે પછી જેનું કોઈ અસ્તિત્વ નથી."

મૂ!

શું તમે આની વ્યાખ્યા કરવાનું સાહસ કરી શકો છો?

તમારે રોજિંદા જીવનમાં કયા કોઆન છે?

તમારું અંતકરણ તમને શું કહે છે, જેને કદાચ તમે સાંભળતા નથી?

48

જીવન એક કલાકૃતિ

અસાહી શિંબન જાપાનના બેસ્ટ સેલર અખબારો પૈકી એક છે. ડિજિટલ વિશ્વ તરફના ઝોક છતાં, આજે પણ તેની પ્રિન્ટ આવૃત્તિ લાખો લોકો દરરોજ વાંચે છે.

અખબારના મુખ્ય પાના પર મહત્ત્વપૂર્ણ સમાચારો અને જાહેરાતો વચ્ચે એક નાનકડું બૉક્સ હોય છે, જે કવિતા માટે આરક્ષિત છે.

દરરોજ, લાખો જાપાની લોકો કવિતા વાંચે છે! ઘણા લોકો તો આ કવિતા માટે જ અખબાર ખરીદે છે. એ લોકો કવિતા વાંચ્યા પછી એને કાપીને પોતાની પાસે રાખી લે છે.

આ લોકો ખરેખર કલાના સંગ્રાહકો છે.

વ્યસ્ત જીવનશૈલી અને કામ કરવાના પ્રયત્નો કરવાની ગનબાતે ભાવનાના પરિણામ સ્વરૂપ, જાપાની કલાત્મક સુખ-સુવિધાઓનો આશરો લે છે, જેથી પોતાને યાદ અપાવી શકે કે આપણા સહુના જીવન એક કલાકૃતિ સમાન છે.

હયાકુનિન ઇશૂ એ સો વાકા કવિતાઓના સંકલનનું શીર્ષક છે. આ સંકલન તેરમી સદીમાં ફૂજીવારા નો ટીકાએ તૈયાર કર્યું હતું. આ કવિતાઓએ જાપાનીઓને કેટલીય સદીઓ સુધી એવા મંત્રમુગ્ધ રાખ્યા કે એમાંથી ઉટા-ગરૂટા નામની રમત પ્રખ્યાત થઈ ગઈ.

ઉટા-ગરૂટા રમતમાં પત્તાંની બે ડેક હોય છે. પહેલી ડેક યોમીફૂદા ("રીડિંગ કાર્ડ્સ") કહેવાય છે, જેની પર સંકલનની બધી જ 100 કવિતાઓ લખેલી હોય છે; અને બીજી તોરીફૂદા ("ગ્રેબિંગ કાર્ડ્સ") કહેવાય છે, જેમાં દરેક કાર્ડ પર કોઈ કવિતાના માત્ર કેટલાક શબ્દો લખેલા હોય છે.

રમતમાં એક ખેલાડી કવિતાના આખા સંકલન (યોમીફૂદા)માંથી કવિતા વાંચે છે અને બધાં પત્તાં એના જ નિયંત્રણમાં હોય છે. જ્યારે બાકીના ખેલાડીઓ પત્તાની થપ્પીમાંથી (તોરીફૂદા) એ કવિતાના અંશવાળાં પત્તાં કાઢે છે. જે પહેલાં કવિતાના બધા અંશોને જોડી દે, એ જીતી જાય છે.

જાપાનમાં આ રમતના શ્રેષ્ઠ ખેલાડીઓ, કવિતાને એના બે-ત્રણ શબ્દોથી જ ઓળખી લેવાની યોગ્યતા ધરાવે છે.

એટલે સુધી કે નિનટેંડો જેવો જાપાની જાયન્ટ પણ 'સો' કવિતાઓ સાથે ગાઢ રીતે જોડાયેલો છે; 1889માં કંપનીની સ્થાપના પત્તાંની ડેક બનાવતી કંપની તરીકે કરવામાં આવી હતી અને એમનું સ્ટાર ઉત્પાદન હતું – ઉટા-ગરૂટા કાર્ડ. એ કાર્ડ આજે પણ એમની વીડિયો ગેમ્સ અને ગેમ કંસોલ સાથે વેચાય છે.

આ સંકલનની બીજી કવિતા સૌથી પ્રસિદ્ધ કવિતાઓમાંની એક છે. આ કવિતા સામ્રાજ્ઞી જીતોએ સાતમી સદીમાં લખી હતી :

વસંત વીતી ગઈ અને ગ્રીષ્મના સફેદ વસ્ત્ર, દેવોના પ્રિય સુગંધિત
કાગુ પર્વતની હવાઓ પર તરી રહ્યા છે.

વધુ ને વધુ તર્કસંગત અને આયોજિત થઈ રહેલા વિશ્વમાં, કવિતા આપણા હૃદય અને માનવ સ્વભાવ સાથે સીધી વાત કરે છે. ઘણીવાર આપણે આપણો દૃષ્ટિકોણ ગુમાવી શકીએ છીએ અને દિવસ-રાત

પ્રયત્ન કરીને કંઈક મેળવવાના પ્રયત્નોમાં લાગી જઈએ છીએ, પરંતુ તમારે એ ના ભૂલવું જોઈએ કે રોજેરોજના જીવનની વચ્ચે, અંદરથી ખૂલીને શ્વાસ લેતાં રહીને, પોતાના હૃદયને કલા અને સૌંદર્યથી સ્નાન કરાવતાં રહેવું જોઈએ.

પરંપરાગત વેશભૂષામાં સજ્જ સ્ત્રીઓ ઉટા-ગરુટા નામની રમત રમતી વખતે.

સમ્રાજ્ઞી જીતો બીજી કવિતા લખતી વખતે. આ કવિતાને પછી હયાકુનિન ઈશુ સંગ્રહમાં સ્થાન આપવામાં આવ્યું. નિશીકી-ઈ વુડ-બ્લૉક પ્રિન્ટ સી. 1840-1842, ઉતાગાવા કુનીયોશી.

49

વિવેક તરફનો પ્રવાસ

ટોક્યોની એક મુલાકાત વખતે મેં બે પ્રવાસીઓ વચ્ચેની વિચિત્ર વાતચીત સાંભળી. એક મૅગેઝિનમાં પ્રકાશિત કરવા માટેનો ઇન્ટરવ્યૂ કરવા હું તુસુત્યા બુકશૉપમાં ગયો હતો.

ડાઈકનયામામાં આ જગ્યા સંસ્કૃતિપ્રેમીઓ માટે સ્વર્ગ છે. ત્રણ આધુનિક ઇમારતોની આસપાસ હરિયાળી જ હરિયાળી છે અને આ જગ્યા વિદ્યાર્થીઓ અને પુસ્તકપ્રેમીઓથી ભરેલી હોય છે.

મારી ટેવ પ્રમાણે, હું આપેલા સમય કરતાં વહેલો પહોંચ્યો અને પ્રવાસ વિભાગમાં જતો રહ્યો. ત્યાં જ ગાઇડબુક સેક્શનમાં બે યુવકો વચ્ચે થઈ રહેલી યુરોપ પ્રવાસ વિશેની વાતચીત સાંભળી. હું મારી જાતને એમની વાતચીત સાંભળતો રોકી ના શક્યો.

એ વાત સ્પષ્ટ હતી કે એ બંને આર્કિટેક્ટ હતા અને એમની પાસે ફરવા માટે બે અઠવાડિયાંનો સમય હતો. શરૂઆતમાં એમણે રેલવેનો પાસ બનાવીને સાત દેશોમાં ફરવાની યોજના બનાવી, પરંતુ એમાંથી એકે નકશા તરફ ઇશારો કર્યો – કારણ કે કેટલાક યુરોપીય દેશ એટલા નાના હતા કે એ લોકો સાતને બદલે દસ દેશોનો પ્રવાસ કરી શકે તેમ હતા.

મેં ઘણીવાર ચોક્કસ પ્રકારના ફરતારામ પ્રવાસીઓમાં આવી ઘેલછા જોઈ છે. તેઓ જગ્યાઓને ઊંડાણપૂર્વક જાણવાને બદલે, સરહદોને પાર

કરીને, નકશા પર ફ્લેગ પિન લગાવવાનું વધારે પસંદ કરે છે. જેથી તે ગર્વભેર કહીં શકે, "હું આ જગ્યાએ ગયો છું." આવામાં ભલે તે સો દેશો જોઈ લીધાની ડિંગો હાંકે, પણ ખરેખર તો એ એમાંથી એક પણ દેશને સરખી રીતે સમજ્યા નથી હોતા.

આ દૃશ્યને જોતાં જ મને કોન્સ્ટેટાઇન ક્વાફીની ઇથાકા યાદ આવી ગઈ. જેની પંક્તિઓ છે :

તમે જ્યારે ઇથાકા માટે નીકળો,
તો પ્રાર્થના કરો કે રસ્તો લાંબો હોય,
રોમાંચથી ભરપૂર હોય, માહિતીથી ભરપૂર હોય.

એલેક્ઝેન્ડ્રિઆ કવિ માટે, અંતિમ સ્થળ અથવા કોઈ ઉદ્દેશ્યની પ્રાપ્તિ કરતા પ્રવાસ પોતે જ વધારે મહત્ત્વપૂર્ણ છે; તે આ રીતે વાતને સમજાવે છે :

પ્રાર્થના કરો કે રસ્તો હોય લાંબો.
ઘણી બધી ગ્રીષ્મકાલીન સવાર મળે.
જ્યારે તમે આવા આનંદ પછી પ્રફુલ્લ ચિત્તે પહોંચો!
અજાણ્યાં બંદરો પર.

ત્યારે જાઓ ઇજિપ્તના અનેક શહેરોમાં
શીખવા માટે, એમના જ્ઞાનીઓ પાસેથી શીખવા માટે!

તો તમે ગમે ત્યાં હોવ, ભલેને ગમે તેની સાથે હોવ; નાના ઝંડા ભેગા કરવાથી, રેકોર્ડ બનાવવાથી કે દોડાદોડ કરવાથી કશું નહીં મળે, પ્રવાસનો સંપૂર્ણ આનંદ લો!

છેલ્લાં 2000 વર્ષથી ગ્રીક ભાષામાં સૌથી વધુ મહત્ત્વપૂર્ણ ગણાતા આ કવિની રચનાઓમાં 154 કવિતાઓ છે. 50 વર્ષમાં લખાણના પ્રમાણમાં, ભલે તેમનું કામ ઓછું હોય, પણ કવિની ધીરજ અને સતત પ્રયત્નોએ એમને અમર બનાવી દીધા.

તેઓ પોતાના પદ્યના અંતમાં જીવનરૂપી યાત્રાને સુંદર ઉપમામાં રજૂ કરે છે :

ઇથાકાને હંમેશાં મનમાં રાખો.
એ સ્થળે પહોંચવું તમારી નિયતિ છે.
પરંતુ પ્રવાસને ઉતાવળમાં પૂરો ના કરો.
એને કેટલાંય વર્ષો સુધી ચાલવા દો.
અને જ્યારે તમે વૃદ્ધાવસ્થામાં પહોંચશો દ્વીપ પર
રસ્તાના બધા અનુભવોથી થઈને સમૃદ્ધ,
સમૃદ્ધિ માટે ઇથાકાની રાહ જોયા વિના!
ઇથાકા તમને આવા જ સુંદર પ્રવાસ કરાવશે.
એના વિના તમે રસ્તા પર નીકળી નથી શકતા.
પરંતુ એની પાસે હવે તમને આપવા માટે કશું નથી.

ભલે તમને આ બધું નિરર્થક લાગે, ઇથાકાએ તમને છેતર્યાં નથી. આ રીતે પોતાના અનુભવોથી સમૃદ્ધ થયા પછી તમે એ સમજી શકશો કે દુનિયામાં ઇથાકાઓનો શું અર્થ છે.

50

દસ ગનાબાતે નિયમ

1. તમારા સર્વશ્રેષ્ઠ પ્રયત્ન કરો

ગનાબાતેનો આ જ અર્થ છે. એનો અર્થ છે કે તમારે તમારી યોગ્યતા પ્રમાણે દરેક ક્ષણે સર્વશ્રેષ્ઠ આપવાનું છે. આના પરિણામથી કોઈ ફરક નથી પડતો. તમને એ વાતનો સંતોષ થશે કે તમે તમારા શ્રેષ્ઠ પ્રયત્નો કર્યાં.

2. હીટ ધ રૉક

આ એક જાપાની કહેવત છે, જેનો અર્થ થાય છે કે જો સતત ત્રણ વર્ષ સુધી સ્થિર બેસી શકો તો કોઈ પણ અડચણને દૂર કરી શકાય છે. સફળતા પ્રસંગોપાત્ત કે પછી અતિશયોક્તિભર્યા પ્રયત્નો પર આધારિત નથી હોતી, તમે જે કરવાનું નક્કી કર્યું હોય તેમાં સાતત્યથી જ બધું શક્ય છે. બસ, તમારે રોજેરોજ થોડા પ્રયત્ન કરવા પડશે.

3. આગળ વધો

જો તમે ભૂલોમાંથી આગળ વધવાનો બોધપાઠ લઈ લીધો હોય તો પછી પડવાથી કોઈ ફેર નથી પડતો. ભૂલ અને સુધારણાની પદ્ધતિથી જ વિજ્ઞાન પ્રગતિ કરે છે. કોઈ પણ બાબત માટે પ્રયત્ન કરવા, પડવું અને સુધરવું જ પોતાની જાતને બદલવાની એક રીત છે.

4. સ્થિતિસ્થાપક અને સંજોગો પ્રમાણે વર્તો

સ્થિતિસ્થાપક શબ્દ એ ધાતુઓ પર લાગુ થાય છે જે કદી તૂટતી નથી. તમે એને વાળો ત્યારે એ વળી જાય છે, પરંતુ એના પરથી દબાણ ખસેડી લેવામાં આવે તો એ પુનઃ પોતાની મૂળ સ્થિતિમાં આવી જાય છે. તમારા પ્રયત્નો પણ જીવનની બદલાતી પરિસ્થિતિઓ પ્રમાણે હોવાં જોઈએ.

5. યોગ્ય સમયે યોગ્ય નિર્ણય લો

બહુ જલદી હાર માનવામાં કે લાંબો વખત વાતને વળગી રહેવા વચ્ચેની ભેદરેખા બહુ પાતળી હોય છે. જો કોઈ વસ્તુ કામમાં ના આવતી હોય તો એની પર અટકેલા ના રહેશો. તમારી પ્રતિજ્ઞા પર અડગ રહો, પરંતુ તમારા મનની વાત સાંભળો, એ તમને કહેશે કે ક્યારે એક રસ્તો છોડીને બીજા રસ્તે જવાનું છે.

6. પોતાના પગ અને ક્ષિતિજને એકસાથે જુઓ

તમારી દિનચર્યામાં દરેક પગલા પર ધ્યાન કેન્દ્રિત કરો, પરંતુ એની સાથે જ લાંબા ગાળાની યોજનાઓને પણ ના ભૂલશો. જો તમે આ રીતે વસ્તુઓને જોશો તો તમને એવી વસ્તુઓ મળી શકે છે, જેની તમે માત્ર કલ્પના જ કરતા હતા.

7. કામ કરવાની રીત, એના અંત કરતાં ઘણી વધારે મહત્ત્વની છે

એક પૂર્ણ થયેલી યોજના, ચોક્કસ ટેવોનું પરિણામ હોય છે, આ ટેવને તમે રોજિંદા જીવનમાં ત્યાં સુધી અમલમાં રાખો છો જ્યાં સુધી તમે એ નથી મેળવી લેતા જે તમે નક્કી કર્યું હતું. જાપાનીઓ માટે કોઈ પણ કામના પરિણામ કરતાં એને કરવાની રીત વધારે મહત્ત્વ રાખે છે. ગંતવ્ય પર સારી રીતે પહોંચવા માટે માર્ગ પર ધ્યાન કેન્દ્રિત કરો.

8. બધું મનમાં જ શરૂ થાય છે

કોઈ પણ વસ્તુને મેળવતાં પહેલાં એની કલ્પના કરો. પોતાના માનસપટલ પર એ યોજનાને વ્યક્ત કરો, એ તમને એ જગ્યાએ લઈ જશે, જ્યાં જવાનું તમે સપનું જોયું હતું. ત્યારબાદ એ લક્ષ્યને તબક્કાઓમાં ફેરવી લો.

9. પ્રવાસનો આનંદ લો

તમારા ઉદ્દેશ્યને ચિંતાના સતત સ્રોતમાં ફેરવશો નહીં. તમને આ માર્ગમાં જ ઇનામ મળશે. તમે જે કંઈ શીખો છો, તેનો આનંદ લો. આ પ્રવાસ દરમિયાન તમને મળેલા લોકો અને થયેલા અનુભવોનો આનંદ લો. પોતાના રસ્તા પર આગળ વધતા રહેવું જ સાચી સફળતા છે.

10. અત્યારે જ આરંભ કરો – ગનબાતે!

તમારે જે કરવું છે, એ ત્યારે જ હકીકત બનશે જ્યારે તમે એને કાલ પર નહીં ટાળો. એને હાલ જ પૂરું કરો. જો ક્યારેક નિરાશા-હતાશાનો અનુભવ થાય તો યાદ રાખો :

ગનબાતે!

ઉપસંહાર

તમે આ પુસ્તકના અંત સુધી પહોંચી ગયા છો, એનો અર્થ એ છે કે તમારામાં ગનબાતેની લાગણી છે. હવે જ્યારે તમે એ માટેનાં સાધનો વિશે જાણો છો, તો તમે તેને તમારા જીવનનાં નવાં પ્રકરણોમાં લાગુ કરી શકો છો, જેને હવે તમે પૂરાં પ્રયત્નો અને આશાઓ સાથે લખવાના છો.

જ્યારે કોઈ વ્યક્તિને પોતાની ક્ષમતાનો વ્યય કરતાં જોઉં છું ત્યારે મને બહુ દુઃખ થાય છે. દઢતાની સરખામણીએ પ્રતિભા વધારે સામાન્ય છે, પરંતુ સફળતાનો કીમિયો મેળવવા માટે બંને ગુણો હોવા જરૂરી છે. દરરોજ પ્રગતિ કરતા રહીને આત્માનું પોષણ કરો, આગળ વધો અને અનુકૂલન સાધો... પરંતુ સૌથી મહત્ત્વની વાતને ના ભૂલી જતા: તમે તમારા માટે જે ભવિષ્ય પસંદ કર્યું છે.

તમે તીડ અને કીડીની પ્રસિદ્ધ વાર્તા સાંભળી જ હશે, જેમાં કીડી પોતાની ધીરજના જોરે શિયાળાનો સામનો કરી શકે છે. આ માટે કીડીના સંકલ્પ, પ્રયત્ન અને નમ્રતાનો પણ આભાર માનવો જોઈએ. સંકટ સમય માટે આ બોધપાઠ બહુ કીમતી છે.

જો તમે કીડી જેવી ધીરજ રાખો અને તમારી પાસે ગરૂડ જેવો દૃષ્ટિકોણ હોય, જો તમે નીડર બનીને અવરોધોનો સામનો કરો, જો તમે પાણીની જેમ વહેતા રહીને જીવનમાં આવતા ઉતાર-ચઢાવને

સ્વીકારશો, જો તમે બરું જેવા લવચીક અને હવા જેવા હલકા હશો, તો તમારે જ્યાં જવાની ઇચ્છા હશે, ત્યાં સુધી ઝડપથી જઈ શકશો.

એક અદ્વિતીય યાત્રા તમારી રાહ જોઈ રહી છે, એવી યાત્રા જે માત્ર તમે જ કરી શકો છો. જીવનની લહેરો પર સ્મિત સાથે સવાર થાઓ. ગમે તે થાય, ભરપૂર ઉત્સાહ, પ્રેમ અને ધીરજથી આગળ વધો. સૌથી પહેલાં પોતાના પર અને તમારા હૃદયમાં રહેલી વિવેકબુદ્ધિ પર વિશ્વાસ રાખો.

ગનબાતે!

— આલ્બર્ટ લીબરમૅન

લેખક વિશે

આલ્બર્ટ લીબરમૅન એક લેખક અને ફિલૉસૉફર છે. જાપાન જતાં પહેલાં તેમણે યુરોપમાં કલા અને સાહિત્યનો અભ્યાસ કર્યો, તે વખતે એમણે નિર્ણય કર્યો કે તે પોતાની રચનાત્મકતા અને અંગત વિકાસને લેખનમાં ઉતારશે. તેમને પિયાનો વગાડવો, વિશ્વનો પ્રવાસ કરવો અને પોતાની બિલાડી સાથે સમય પસાર કરવાનું ગમે છે.

અનુવાદક વિશે

સુજલ ચિખલકર 2001થી ગુજરાતના અગ્રણી અખબારોમાં પત્રકાર તરીકે કાર્યરત રહ્યા છે. સાથે જ તેમણે અનુવાદક તરીકે મરાઠી અને હિન્દીમાંથી ડઝનથી વધુ પુસ્તકોનો અનુવાદ કર્યો છે, જેમાં રસોઈથી લઈને રમત અને વિજ્ઞાનથી લઈને લાઇફસ્ટાઇલનાં પુસ્તકોનો સમાવેશ થાય છે. તેઓ માહિતીપ્રદ અને રસપ્રદ લેખન-વાચનમાં રસ ધરાવે છે.

E-mail : sujalchikhalkar@gmail.com

Photo Credits

Endpaper mossolainen nikolai/Shutterstock.com

P2 ©enzozo/Shutterstock.com

P16 ©yoshi0511/Shutterstock.com

P21 ©wdeon/Shutterstock.com

P22 Wikimedia Commons, public domain

P27 Wikimedia Commons, public domain

P30 ©Hector Garcia & Francesc Miralles

P34 ©Olga Rudchenko/Shutterstock.com

P37 ©enzozo/Shutterstock.com

P43 ©Sakarin Sawasdinaka/Shutterstock.com

P55 Official White House Photo by Pete Souza. Wikimedia Commons, public domain

P58 © Antonina Polushkina/Shutterstock.com

P65 ©Marco Montalti/Shuttersstock.com

P68 ©Hector Garcia

P76 ©Christian Ouellet/Shutterstock.com

P95 ©NTRdesign/Shutterstock.com

P96 ©SAND555UG/Shutterstock.com

P109 Calligraphy of Niju Kun. Wikimedia Commons, public domain

P123 ©Marius456/Shutterstock.com

P153 ©MADSOLAR/Shutterstock.com

P160 ©catwalker/Shutterstock.com

P164 ©Sanga Park/Shutterstock

P170 Wikimedia Commons, public domain

P175 The George Grantham Bain Collection (Library of Congress)

P176 Wikimedia Commons, public domain (Museum of Fine Arts, Boston)